आपल्या स्नेहीजनांना पुस्तके भेट द्या

अस्तित्व

लेखिका

सुधा मूर्ती

अनुवाद

प्रा. ए. आर. यार्दी

मेहता पब्लिशिंग हाऊस

TUMULA

Original Kannada novel by Sudha Murty

© Sudha Murty

Translated into Marathi Language by A.R. Yardi

अस्तित्व / अनुवादित कादंबरी

अनुवाद : प्रा. ए. आर. यार्दी
ज्ञानदीप, २रा क्रॉस,
यु. बी. हिल्स, धारवाड ५८०००१

मराठी अनुवादाचे व प्रकाशनाचे हक्क मेहता पब्लिशिंग हाऊस, पुणे

प्रकाशक : सुनील अनिल मेहता, मेहता पब्लिशिंग हाऊस,
१९४१ सदाशिव पेठ, माडीवाले कॉलनी, पुणे – ४११०३०.

अक्षरजुळणी : इफेक्ट्स, २१/६ब, आयडिअल कॉलनी, कोथरूड,
पुणे – ४११०३८.

मुखपृष्ठ : चंद्रमोहन कुलकर्णी

प्रकाशनकाल: २६ एप्रिल, २००२ / जानेवारी, २००७ / फेब्रुवारी, २००७ /
ऑगस्ट, २००७ / फेब्रुवारी, २००८ / नोव्हेंबर, २००८ /
नोव्हेंबर, २००९ / एप्रिल, २०१० / जून, २०११ /
जून, २०१२ / सप्टेंबर, २०१३ / फेब्रुवारी, २०१५ /
ऑक्टोबर, २०१६ / पुनर्मुद्रण : जून, २०१८

P Book ISBN 9788177667653
E Book ISBN 9788184986426
E Books available on : play.google.com/store/books
www.amazon.in

मनोगत

प्रिय वाचक,

मराठी भाषेतून 'अस्तित्व' ही माझी पहिली कादंबरी प्रकाशित होताना मला आनंद होत आहे.

कर्नाटक आणि महाराष्ट्र या दोन राज्यांच्या सीमेवरील धारवाड हे माझे गाव. त्यामुळे मराठी भाषा मला अनोळखी नाही. शिवाय, आयुष्यातील जडणघडणीची, निर्णायक दहा वर्षे मी महाराष्ट्रातच होते.

पुणे शहराबद्दल तर माझ्या मनात विशेष नाजूक भावना आहेत; कारण नारायण मूर्ती आणि मी येथेच एकमेकांना भेटलो आणि जीवन-साथीदार झालो. मला पुणे फार आवडते. त्या काळी आख्खे पुणे आम्ही फिरलो आहोत. पहिला प्यार, पहिला नशा... अशा तरुण वयातील मधुर आठवणी पुण्याशी जोडल्या गेल्या आहेत. म्हणूनच मी पुण्यावर मनापासून प्रेम करते. तसेच, आमच्या 'इन्फोसिस' या व्यवसायाची मुहूर्तमेढ आम्ही पुण्यातच रोवली. मराठी भाषेचे भूषण असलेल्या पुण्यात माझे पहिले मराठी पुस्तक निघत असल्याने माझे मन आनंदाने भरून आले आहे.

माझी मातृभाषा कन्नड आहे. त्यामुळे माझ्या कादंबऱ्या कन्नड भाषेत प्रसिद्ध झालेल्या आहेत. 'अस्तित्व'ची मूळ कादंबरी कन्नड भाषेत 'तुमुला' या नावाने प्रसिद्ध झाली. त्याची दूरदर्शन मालिकाही फार गाजली. ही छोटी कादंबरी बऱ्याच भाषांमध्ये वेगवेगळ्या नावांनी भाषांतरित झाली आहे. तेलगूत अन्वेषणा, हिंदीत द्वंद्व, तमिळ भाषेत पूर्णिमाई ईराटू इत्यादी.

धारवाड येथील प्रा. ए. आर. यार्दी यांनी या कादंबरीचा मराठीत अनुवाद केला आहे. 'अमेय' प्रकाशनचे श्री. उल्हास लाटकर यांनी आनंदाने ही कादंबरी प्रथम प्रकाशित करण्याचे मान्य केले. आता त्याची दुसरी आवृत्ती 'मेहता पब्लिशिंग हाऊस'चे श्री. सुनील मेहता प्रकाशित करत आहेत. मी या तिघांचीही अत्यंत आभारी आहे.

एका कुटुंबात घडलेली ही घटना भारतातल्या कुठल्याही भागात घडू शकणारी आहे. आपण भारतीय लोक वेगवेगळ्या भाषा बोलतो, वेगळे वेगळे रीतीरिवाज पाळतो; परंतु कुटुंबातील व्यक्तींचे एकमेकांशी असलेले नाते अत्यंत प्रेमाचे, जिव्हाळ्याचे असल्याचे सर्वच ठिकाणी दिसून येते. म्हणूनच, ही कादंबरी मराठी माणसाला आपली वाटेल आणि ती वाचण्याचा ते आनंद मिळवतील.

वाचक चोखंदळपणे या कादंबरीचा स्वीकार करतील, अशी मला आशा आहे.

सुधा मूर्ती
बेंगळुरू

१

खरे म्हणजे, फेब्रुवारीच्या शेवटी किंवा मार्च महिन्यात स्केटिंग करणे शक्यच नसते. गारठून टाकणारी थंडी संपून, हिमवर्षाव संपलेला असतो आणि स्केटिंगचे दिवस संपलेले असतात.

–पण या वर्षी तसे झाले नाही. मार्च महिना अर्धा उलटून गेला, तरी स्केटिंग अजून चालूच होते.

मुकेशने निळ्या नभात पाहिले आणि त्याला हसू आले. आकाशी रंग हा त्याचा अगदी आवडता, म्हणून तर तो वासंतीसाठी नेहमी निळ्या रंगाचे कपडे आणायचा. मग तीही चिडून ते कपडे त्याच्या अंगावर भिरकावीत म्हणायची, 'मी काय आता शाळकरी मुलगी आहे का? निळ्या रंगाचे किती कपडे झालेत!'

मुकेशला स्केटिंग काही नवीन नव्हते. कॉलेज-जीवनातही त्याने अनेकदा परदेश-वाऱ्या केल्या होत्या. इंग्लंड, स्वित्झर्लंड हे देशही त्याच्या ओळखीचे होते. गेल्या चार वर्षांपासून तो लंडनमध्येच होता. तरीपण त्याला स्केटिंग येत नव्हते. स्केटिंग शिकण्याबद्दल त्याने पहिल्यापासूनच कधीही उत्साह दाखविला नाही.

त्याचे वडील कृष्णराव हे रावसाहेब म्हणूनच प्रसिद्ध! रावसाहेबांनी आपल्या मुलाला कोणत्याही बाबतीत कधी आग्रह केला नाही.

–पण वासंतीचे तसे नव्हते. ती मैसूरमधल्या ब्राह्मणवस्तीत वाढलेली. तिने कर्नाटक सोडले, ते लग्नानंतरच. ती लहानाची मोठी झाली ते वातावरणच वेगळे. आचार-विचारांच्या, सोवळेपणाच्या सावलीत ती लहानाची मोठी झाली.

परकर-पोलके, पातळ, एकादशी, पौर्णिमा, नवरात्र, गुढीपाडवा या सगळ्या वातावरणात ती वाढली. त्यामुळे तिला इंग्लंडमधल्या जीवनशैलीचे आश्चर्य वाटले. स्वतंत्रपणे जगणे तिला शक्य झाल्यामुळे इंग्लंडमध्ये ती खूप आनंदात होती. लहान मुलाने खेळातल्या सामानाकडे विस्फारल्या डोळ्यांनी बघावे, तशी

ती इंग्लंडमधल्या जीवनशैलीकडे विस्फारल्या डोळ्यांनी बघत होती.

स्वित्झर्लंड हे स्केटिंगसाठी प्रसिद्ध आहे. ज्यांना स्केटिंग करता येत नाही, त्यांच्यासाठी काही खुर्च्या मांडून ठेवलेल्या असतात. तिथे बसून बघत बसणाऱ्यांपैकी मुकेश हाही एक होता.

सभोवती, बर्फाचा कीस एकमेकांच्या अंगावर फेकून खेळण्याची स्पर्धा चालली होती. लहान मुलांनी कानटोप्या, जॅकेट, स्वेटर्स घातलेली होती. सगळी लहान मुले 'हिममानव' करण्याच्या धडपडीत होती. आनंदाने किंचाळत होती.

समोरची टेकडी चांदीचा पत्रा बसविल्यासारखी चमचमत होती. सूर्याच्या प्रकाशात ती चमचम अधिकच वाढली. त्या टेकडीच्या टोकावर एक ठिपका दिसत दिसत, मुकेशच्या डोळ्यांसमोर एक आकृती स्पष्ट दिसू लागली.

काळ्या रंगाचा स्वेटर आणि कानटोपी घातलेली, जीन्सची पँट चढविलेली वासंती समोरची टेकडी उतरत होती.

मुकेश तिच्याकडे कौतुकाने बघू लागला.

पहिल्यांदा तिला पाहिले, तेव्हा ती कशी होती? आता कशी दिसते?

तिला पाहण्यासाठी घरातले सगळेच मैसूरला गेले होते.

आपली मृदु पावले सावकाश टाकत वासंती हॉलमध्ये आली, तेव्हा तिच्या हातात कॉफीचा ट्रे होता.

काळ्या सापासारखी सळसळणारी तिची वेणी. त्या वेणीवर मैसूर-मोगरीची शुभ्र माळ, लाल रंगाचे मैसुरी रेशमी पातळ, जरीकाठाचा ब्लाऊज, लाल रंगाचा खडा असलेली गळ्यातली सोनसाखळी. वासंती त्या वेळी कुठल्याही सिनेतारकेपेक्षा सुंदर दिसत होती.

रावसाहेब, आई, नीरजा हे सगळेच थक्क झाले होते. मुकेशच्या पसंतीला त्या सर्वांनी दाद दिली.

मैसूरमधल्या एका कलास्पर्धेत मुकेश परीक्षक म्हणून गेला होता. तिथे ती त्याला पहिल्यांदा भेटली.

तिने त्याला पहिल्याच नजरेत जिंकले होते. वासंती फार गुणी कलाकार. चित्रे रंगविण्याचे तिचे कौशल्य वाखाणण्यासारखे होते. त्या दिवशी तिला बक्षीस मिळाले की नाही, माहीत नाही; पण तिने मुकेशला जिंकले होते.

स्पर्धा संपण्यापूर्वीच मुकेशने तिच्याबद्दलची इत्थंभूत माहिती मिळविली होती. एखादी कादंबरी लिहिता येईल, इतकी माहिती त्याच्याकडे जमा झाली.

अग्रहारमधील नरसिंहराव जोशी यांची ती मुलगी. जोशांना चार मुली. हीच

सर्वांत लहान. कन्नड घेऊन बी.ए. पूर्ण केलेले होते. स्वयंपाक उत्तम करायची. जोडीला वीणावादन आणि नृत्य याही कला तिला अवगत होत्या.

एवढे पुरे की!

मुकेश गावी परतला, तेव्हा त्याने ही हकीगत नीरजाला न सांगता पहिल्यांदा वडिलांना सांगितली.

वडील म्हणजे त्याचे परममित्र!

'माझा मुलगा मोठा झालाय. त्यानं मुलगी पसंत केली आहे म्हणजे झालं.' ते म्हणाले.

वधुपरीक्षेचे फक्त नाटक झाले.

●

जोशांनी मुलाची कुंडली विचारली, तेव्हा वडिलांनी चिडून सांगितले, 'हे बघा जोशी, माझा कुंडलीवर विश्वास नाही. मी कुणाचीही कुंडली करविलेली नाही. माझ्या मुलीच्या लग्नाच्या वेळीही कुंडली बघितली नाही. माझा मुलगा तुम्हाला, तुमच्या मुलीसाठी योग्य वाटत असेल, तर तुम्ही तुमची मुलगी द्या. नाहीतर नको.'

मुकेश हा वर म्हणून उत्तमच होता. लंडनमध्ये बीबीसीत मोठ्या हुद्द्यावर होता. रावसाहेब बेंगलोरमधले नामवंत व्यापारी. 'मुकेश गारमेंट्स'ची परदेशातही निर्यात होत असे. एकुलता एक मुलगा, त्यांची मुलगी नीरजा हिचे लग्न झाले होते.

वासंतीबरोबर मुकेशचे लग्न झाले. ते लग्न मैसूरमधल्या पारंपरिक पद्धतीने तीन दिवस चालले होते.

वासंती लग्न होऊन रावसाहेबांच्या घरी आली, ती सून म्हणून नव्हे; तर मुलगी म्हणून.

सुमतीला आनंदाचे उधाण आले.

लग्नानंतर वासंती खूप बदलली. सुमतीने आपल्या सुनेला कशालाही नको म्हटले नाही.

लांबसडक काळी वेणी जाऊन छोट्या छोट्या केसांचा बॉबकट आला नि जरीची पातळे जाऊन जीन्स पँट आली. आधी भीतभीतच, पण नंतर मुकेशच्या प्रोत्साहनामुळे स्केटिंग, ड्रायव्हिंग, पोहणे हे सगळे काही तिने शिकून घेतले.

●

वासंती खूप हुषार. ही तिची स्केटिंगची तिसरी खेप; पण अगदी तरबेज असल्यासारखी स्केटिंग करत होती.

घरात मात्र सगळे शुद्ध कन्नड संस्कार. श्रावणातल्या मंगळवार आणि शुक्रवारच्या पूजा, तिथल्या लिलीच्या फुलांनी साजऱ्या करीत होती.

घरात छोटेसे देवघरही केले होते.

•

"काय हो, कुठल्या शिलाबालिकेचं स्वप्न बघत आहात?"

वासंतीने हसत विचारले, तेव्हा मुकेश वास्तवात आला.

स्केटिंग संपविण्याच्या गडबडीत लोक लगबगीने उतरत होते.

"तुझंच."

"होऽऽय? तुम्ही म्हणता ते खरं, याला पुरावा काय?"

"माझ्या मनात उतरून बघ."

"ठीक आहे. आता त्या स्वप्नातून जरा बाहेर येऊन बघा."

स्केटिंग रिंगजवळ फारच थोडे लोक राहिले होते. हॉटेलात जाऊन सगळे सामान बांधून घेऊन त्यांना आपल्या घरी पोहोचायला अर्धा दिवस लागणार होता.

मुकेश उठला. वासंती म्हणाली, "हे शेवटचंच स्केटिंग हं. आता नाही केलं, तर मग एकदम पुढच्या वर्षीच."

तिने जरा तक्रारीचा सूर लावला.

मुकेश इतर पुरुषांसारखा नव्हता. त्याला स्केटिंग येत नसलं, तरी बायकोच्या स्केटिंगचा आनंद घेत होता, तिचा हेवा करत नव्हता.

वासंती निघून गेली.

•

हा एक 'लाँग वीकएंड'. म्हणजे आठवड्यातले शेवटचे तीन दिवस. सगळे क्रीडाप्रेमी दूरदूरच्या गावातून इथे येत असत. म्हणूनच वासंती आणि मुकेश इथे आले होते. वासंती स्केटिंग करीत असे, तेव्हा मुकेश मात्र निळे आकाश, लाल कौलारू घरे, पांढरीशुभ्र टेकडी बघत बसलेला असायचा किंवा काहीतरी लिहीत असायचा. कंटाळला की मग एक चक्कर टाकून यायचा.

बीबीसीमध्ये मुकेश एका विभागाचा अधिकारी होता. भारतीय संस्कृती, कला यांच्याशी संबंधित असलेल्या त्या विभागात त्याला खूप पैसे मिळत होते

असे नव्हे; पण त्याला हे काम खूप आवडायचे. तसे बघितले, तर त्याला नोकरीची गरजच नव्हती.

रावसाहेबांच्या उद्योगात त्याला रस नव्हता; पण त्याचा मेहुणा सतीश याला मात्र त्यात रस होता. पेशाने तो वकील असूनसुद्धा रावसाहेबांच्या उद्योगात त्यांना तो मदत करायचा.

शालेय शिक्षण संपल्यावर मुकेश वडिलांना म्हणाला, ''बाबा, मला मुंबईतल्या जे. जे. स्कूलमध्ये शिकायचंय.''

तेव्हा रावसाहेब म्हणाले होते, ''बाळ, तुला जे आवडतं ते कर.''

सुमतीने मात्र लगेच होकार दिला नव्हता.

''मुन्ना, मुंबईसारख्या दूरच्या ठिकाणी कशाला जातोस? इथंच शीक. वडिलांना मदत कर.''

''सुमती, तसं म्हणू नकोस. पक्ष्याला स्वच्छंदपणानं विहार करू दे. घरटं आहे म्हणून त्यानं घरट्यातच राहणं चांगलं नव्हे.''

रावसाहेबांनी असे म्हणताच सुमती गप्प बसली.

'लाखांतून नव्हे, कोट्यवधी लोकांत एखादेच वडील असे असतात.'

मुकेशने आपल्या वडिलांना मिठी मारली.

मुकेश हसत मुंबईला निघाला, तेव्हा सुमतीने त्याच्या जाण्याची तयारी केली. ते बघून मुकेश हसत म्हणाला, ''अम्मा, मी काही नवा संसार थाटायला निघालो नाही.''

मुंबईत त्याच्यासाठी एक फ्लॅट, एक स्वयंपाकी आणि एका कारची व्यवस्था केली गेली.

तिचे प्रेमच तसे होते. ''सुमतीचा सगळा जीव मुकेशमध्येच अडकलाय'' अशी चेष्टा रावसाहेब अधूनमधून करत होते.

●

सगळ्या जुन्या आठवणींना कवटाळून मुकेश उठून उभा राहिला.

''घरी जाऊन बाबांना फोन करूया. त्यांच्याशी बोलून चार दिवस झालेत.'' मुकेश वासंतीला म्हणाला.

वासंती त्याची चेष्टा करत म्हणाली, ''आई-बाबांशी रोजच बोलायला हवं का?''

●

वासंती उतरताना दिसली; पण तिच्या चालण्यातला चुकलेला तोल टेकडीच्या खाली उभ्या असलेल्या मुकेशच्या लक्षात आला. तिचा वेग वाढला, ती खाली पडणार यात शंकाच नव्हती. अवतीभवतीचे सगळे विसरून मुकेश जोराने ओरडला, ''वासंती, सांभाळ. पडशील.''

कुजबुजत उभे असलेले गोरे याच्या किंचाळण्याने चिडले. त्याच्याकडे पाहून उपरोधाने हसले. मुकेशने त्यांच्याकडे दुर्लक्ष केले.

मुकेशचा अंदाज खरा ठरला. वासंती झाडावर जाऊन आदळली. वेदनांनी कण्हू लागली.

मदतीला तयार असलेली माणसे लगेचच टेकडीवर चढली. मुकेश असहाय्यपणे खाली उतरून बघू लागला. त्याला वर चढता येत नव्हते.

वासंतीला खाली आणले. तिचे लाल झालेले गाल म्हणजे अश्रूंच्या घसरगुंड्याच झाल्या होत्या.

''तुम्ही हॉस्पिटलात गेलेलं बरं, आम्ही प्राथमिक चिकित्सा तेवढी करू.'' तिथल्या मॅनेजरने सांगितले.

मुकेशने कारचे दार उघडले.

●

बहुतेक स्नायू दुखावला गेला असावा.

पाय मुरगळला असावा. कार अगदी सावकाश जात होती, तरी वासंती जोरजोरात कण्हत होती.

काहीतरी बोलावे म्हणजे तिचे आपल्या वेदनांकडे दुर्लक्ष होईल म्हणून मुकेश तिला म्हणाला, ''वासंती, आता आठवडाभर तुझे क्लासेस चालणार नाहीत.''

वासंती तिथल्या कम्युनिटी हॉलमध्ये वीणावादन आणि संगीताचे क्लासेस घेत होती.

''होय, पण मला असं काही झाल्याचं बंगलोरला कळवू नका. नाही तर तुमची अम्मा, मुन्नाच्या जेवणाची गैरसोय होईल म्हणून पळून इकडं यायची.''

सुमतीचा स्वभाव तिलाही माहीत होता. वासंतीचे लग्न झाले तेव्हा 'मुन्ना' हे नाव तिला विचित्र वाटले होते. तेव्हा सुमती म्हणाली, ''मुलं लहान असताना आम्ही दिल्लीत होतो म्हणून त्याला मुन्ना म्हणतो. त्याच नावाची सवय झालीय.''

–पण नीरजा 'मुन्नी' झाली नव्हती. ती 'नीरू' झाली होती.

●

वासंतीला आपल्या सासऱ्यांची आठवण झाली. रावसाहेब जास्त बोलणारे नव्हते, कशालाही घाबरणारे नव्हते. एखाद्या समुद्रासारखे शांत आणि गंभीर असत.

हॉस्पिटलमध्ये गेल्यावर तिथले डॉक्टर म्हणाले, ''पायाला दुखापत झाली आहे. एक आठवडाभर इथंच राहिलं पाहिजे. पेशंटनं सध्या बाहेर जाता कामा नये.''

''वासंती, तुलाही विश्रांती मिळेल. तू इथंच राहा. मी तुझ्या क्लासच्या मंडळींना कळवीन.'' मुकेश म्हणाला.

मुकेश घरी पोहोचला तेव्हा रात्र झाली होती. दिवसभराच्या श्रमाने तो दमला होता. टेबलावरच्या 'आन्सरिंग मशीन'ने बीप् असा आवाज केला.

मुकेशला आठवडाभर एकट्यानेच घरी राहायच्या कल्पनेनेच कंटाळा आला आणि हे एकाकीपण परदेशात अधिकच जाणवत होते.

रोजच्यासारखा त्याने 'बीप्' आवाज बंद केला आणि 'आन्सरिंग मशीन' सुरू करून तो कपडे बदलू लागला. हे त्याचे नेहमीचे होते.

डेव्हिडचा पहिला निरोप–

''मॅक्, तुला दोन असाइनमेंट्स आहेत. त्याबद्दल बोलायचंय. आणखी दोन दिवसांनी नक्की होईल.''

मुकेशला तिथले सगळे लोक 'मॅक्' म्हणत होते. सद्यः परिस्थितीत हे चांगलेच झाले, असे मुकेशला वाटले.

दुसरा निरोप–

त्याच्या मोठ्या बहिणीच्या रडण्याचा आवाज. नीरजाचा आवाज मुकेशने लगेच ओळखला.

''मुन्ना, बाबांना हार्ट ॲटॅक. लगेच निघून ये.''

क्षणभर छातीचे ठोके बंद पडल्यासारखे वाटले त्याला.

तिसरा निरोप–

''मुन्ना, तू कुठं गेलास? लगेच ये. बाबांची तब्येत ठीक नाही.''

मुकेशने घड्याळात पाहिले. रविवारच्या रात्रीचे आठ वाजले होते. हा संदेश शनिवारी आला आहे. बाप रे! बाबा कसे आहेत, कुणास ठाऊक? मुकेशने फोन उचलून ट्रॅव्हल एजंटला सांगितले, ''भारतात जाण्यासाठी एक फर्स्टक्लासचे तिकीट पाहिजे. बेंगलोरला जायचं आहे.''

मानसिक थकव्यामुळे मुकेश कोसळला. 'वासंती हॉस्पिटलमध्ये आहे. आणखी एक महिन्यात नवी असाइनमेंट सुरू करायला हवी, असं बॉस म्हणतो. बाबांची प्रकृती गंभीर आहे.'

त्याने लगेच कपडे चढविले आणि तो वासंती असलेल्या हॉस्पिटलकडे निघाला.

मुकेशचा पडलेला चेहरा बघून वासंती घाबरली.

"वासंती, मला ताबडतोब बेंगलोरला जायला हवं.'' मुकेशने सगळे सांगितले.

वासंतीला वाटले, आपणही त्याच्याबरोबर जावे; पण ते शक्य नव्हते. पाय लोखंडासारखा जड वाटत होता.

"तुम्ही तिथं नसताना नीरूताई आणि अम्मा यांना खूप त्रास होत असेल. बाबांचा तुमच्यावर खूप जीव.''

"तुझं काय? बरं वाटल्यावर घरी जायचं म्हणजे अजून वेळ आहे ना?''

"तुम्ही कसलीही काळजी करू नका. मला काही मदत लागलीच, तर वाटेल तेवढी ओळखीची माणसं आहेत. तुम्ही जा आणि पोहोचल्यावर सविस्तर हकीगत कळवा.''

वासंतीचा स्वभावच तसा. ती लगेच मदतीचा हात पुढे करायची. दुसऱ्यांचे दु:ख तिला फार लवकर समजायचे.

थोड्याशा लाजऱ्या आणि एकांतप्रिय मुकेशला तसे मित्रही मोजकेच होते; पण बडबड्या वासंतीच्या ओळखी भरपूर होत्या. 'दगडालाही बोलायला लावणारी' म्हणून तिचे कौतुक होत होते.

विमानात भरपूर जागा होती. फर्स्टक्लासला तीनपट पैसे द्यावे लागले होते; पण सगळ्या सुविधाही होत्या.

एअरहोस्टेसने मुकेशकडे बघत मंद स्मित केले. त्याचा कोट काढून घेऊन ती निघून गेली.

"सर, प्यायला काहीतरी देऊ का?''

"फक्त ज्यूस पुरे.''

२

रावसाहेब एवढे मोठे उद्योगपती; पण मद्यपान आणि मांसाहारापासून चार हात दूरच राहिले. कसलीही पार्टी असली, तरी तिथे जेवण न करताच घरी यायचे.

सुमतीने त्यांच्यासाठी दोन परोठे करून ठेवलेले असायचे. घरात स्वयंपाकी असूनसुद्धा त्यांना सुमतीच्याच हातचे परोठे लागत. रावसाहेबांनी कधीही अनावश्यकरीत्या पैसा खर्च केला नाही.

मुकेशचा स्वभावसुद्धा रावसाहेबांच्यासारखाच. लंडनमध्ये असूनसुद्धा त्याने मांसाहार आणि मद्यपान कधीच केले नव्हते.

''अम्माच्या परोठ्याची चव कुठल्याही फाइव्ह स्टार हॉटेलमध्ये येणार नाही.'' त्याने अम्माच्या पाककलेचे वासंतीसमोर कौतुक केले होते.

''तुमची अम्मा म्हणजे तुम्हाला प्राणासारखी. त्यामुळं त्यांनी काही केलं तरी ते तुम्हाला अमृतच की. प्रेम असलं की असं होतं.''

वासंती, त्याची कधीकधी अशी चेष्टा करीत असे. मुकेशला आपल्या बेंगलोरमधल्या घराची आठवण येत होती.

सदाशिवनगरमध्ये मोठी जागा होती. त्यात मोठा बंगला, बगीचा आणि घरात चार गाड्या होत्या, स्वयंपाकी होते.

सगळ्यात महत्त्वाचे म्हणजे अम्मा आणि बाबा तिथे होते. ज्यूस पीत मुकेश रावसाहेबांबद्दल विचार करत होता.

मागच्याच महिन्यात रावसाहेब काही कामानिमित्त लंडनला आले होते. नेहमीसारखे हसतमुख दिसत होते. त्यांची प्रकृतीही ठणठणीत होती.

जाताना विमानतळावरच त्यांनी दोन हजार पौंड रकमेचा चेक दिला होता.

''हे कशासाठी, बाबा?''

''मुन्ना, तुझ्या वाढदिवसासाठी.''

"माझा वाढदिवस एक जानेवारीला. तुम्ही आधीच दोन हजार पौंड पाठविले आहेत ना?"

"मुन्ना, ते माझे. हे दोन हजार पौंड तुझी आई बुद्ध-पौर्णिमेला तुझा वाढदिवस साजरा करते ना, त्याच्यासाठी आगाऊ रक्कम म्हणून!"

सगळ्यांचा एकच वाढदिवस असला, तरी मुकेशचे दोन वाढदिवस असायचे.

मुकेश नववर्षाच्या पहिल्या दिवशी जन्मला होता.

बुद्धपौर्णिमेच्या दिवशी अम्मा मुकेशचा वाढदिवस साजरा करायची. मुकेश लहान असताना एका मोठ्या अपघातातून वाचला होता. त्यामुळे मुकेशला रावसाहेबांकडून आणि सुमतीकडून अशी दोनदा भेट मिळत होती.

रावसाहेब मोठ्या मनाचे. आपल्यासाठी ते काहीही करत नसत. अगदी साधी राहणी; पण असंख्य शाळा-कॉलेजांना, धार्मिक संस्थांना त्यांनी मुकेशच्या नावाने देणग्या दिल्या होत्या.

"मुन्ना, या पुण्याईमुळंच तुझं रक्षण होतंय. मी नसलो, तरी तू पुण्यकर्म सोडू नकोस."

रावसाहेबांच्या आठवणींनी त्याचे डोळे पाणावले. 'बाबांना काय झालं असेल?' मुकेश काळजीत पडला.

आपण जाऊन पोहोचायच्या आधी काही बरं-वाईट झालं तर, या विचारांनी तो हादरला.

त्याचे हात गळ्यातल्या जानव्याकडे आणि गळ्यातल्या साखळीकडे अगदी अभावितपणे गेले.

सुमतीने त्याच्या लहानपणापासून त्याला शिकविले होते, "मुन्ना, भीती वाटत असेल तेव्हा गळ्यातली साखळी आणि जानवं यांना स्पर्श कर. गायत्रीदेवी तुझं रक्षण करील."

यात कोणत्याच प्रकारचा तर्क नव्हता; पण आईच्या श्रद्धेमुळे त्याला ती सवय लागली होती.

मुकेशला पुन्हा रावसाहेबांची आठवण आली. मनातल्या मनात त्याने राघवेंद्रस्वामींची प्रार्थना केली– 'गुरुदेव, वडिलांचं रक्षण करा.'

एअरहोस्टेस आली आणि तिने सांगितले, "सर, बेंगलोर जवळ आलंय."

गतकालाच्या आठवणींच्या गर्दीतून बाहेर येत मुकेशने पट्टा आवळला.

विमान सावकाशपणे उतरू लागलं.

●

विमानतळाबाहेर गाडीत शफी मुकेशची वाट बघत होता.

शफी हा मुकेशचा ड्रायव्हर. गेल्या दहा वर्षांपासून तो त्यांच्याकडे कामाला होता. घरच्या माणसांपैकीच एक झाला होता.

रावसाहेबांची गाडी वेगळी. त्यांचा ड्रायव्हर म्हणजे रामलाल. तोसुद्धा त्यांच्याकडे खूप वर्षांपासून होता. अगदी दिल्लीत असल्यापासून तो होता.

शफीला बघताच मुकेशने काळजीच्या सुरात विचारले, ''शफी, बाबा कसे आहेत?''

त्याने मान खाली घातली; पण उत्तर दिले नाही. मुकेशच्या हातातले सामान घेऊन तो पुढे निघाला. मुकेशला शंका आली.

''काय शफी, बाबा कसे आहेत, सांगा ना!''

''रावसाहेब आज पहाटे चार वाजता...''

''म्हणजे रावसाहेब आता नाहीत!...''

मुकेश दुःखावेगाने गाडीत बसला. त्याला कल्पनाच करवेना.

आपली कोणतीही समस्या आपल्या वडिलांच्या समोर ठेवल्याशिवाय मुकेशला चैन पडत नसे. ती समस्या चांगली असो, वाईट असो... वडील त्याच्यावर कधीच रागावले नाहीत. त्याच्याकडून काही चूक झालीच तर म्हणायचे, ''मुन्ना, फक्त माणूसच चूक करतो. त्यासाठी एवढं वाईट वाटून घेऊ नये. चालणारा ठेचकाळणारच.''

–आणि मुकेशला धीर यायचा.

बाबा आता नाहीत. बाबांच्या वटवृक्षाच्या प्रेमळ छायेत मुकेश, त्याची बहीण नीरू ही दोघे आरामात होती.

आता तो वटवृक्ष कोसळला होता.

मुकेशला भर दुपारच्या उन्हात उभे असल्यासारखे वाटले. दुःख उफाळून आले.

शफी सांगत होता, की रावसाहेब कोमात गेले होते. आधी त्यांना आय.सी.यू.मध्ये नेले होते. शेवटी शेवटी तर त्यांनी मुन्नाची खूप आठवण काढली होती.

–आणि पहाटे ते गेले. रावसाहेबांची साठी उलटली होती; पण तरीही मुलांबरोबर ते नेहमीच मित्रासारखे वागायचे.

मुकेशला आईची आठवण आली.

सुमतीला मंगळागौरी हेच नाव अधिक शोभून दिसत होते. गोरा वर्ण, कुरळे केस, पैशाएवढे मोठे कुंकू, गळ्यात काळ्या मण्यांचे मंगळसूत्र, केसात मोगरीची माळ, कानात हिऱ्याच्या कुड्या, हातभर बांगड्या... ती नेहमी हसतमुख असायची.

आता ती कशी दिसत असेल?

आईची आठवण येताच मुकेशचे दुःख वाढले.

गाडी घरासमोर थांबताच मुकेश उतरला.

गाडी थांबविण्यासाठी जागा नव्हती इतक्या गाड्या उभ्या होत्या. खूप लोक आले होते. त्यात प्रथितयश, नामवंत माणसेही होती.

मुकेश आत येताच तिथली कुजबूज थांबली. रावसाहेबांचा देह हॉलच्या मध्यभागी ठेवला होता.

मुकेश सरळ वडिलांच्या पायाशी जाऊन बसला. तो त्यांच्या देहाकडे एकटक बघू लागला.

रावसाहेब निश्चिंतपणे झोपल्यासारखे दिसत होते. यातनेचा कणही त्यांच्या चेहऱ्यावर दिसत नव्हता. 'खरंच बाबा गेले?...'

मुकेशने पुन्हा एकदा वडिलांचा चेहरा पाहून घेतला. पाठीवर कुणीतरी हात ठेवल्यासारखे वाटले. त्याने मागे वळून पाहिले, तर नीरजा होती.

"मुन्ना!"

नीरजाने त्याला मिठी मारली. भावाला बघताच तिला रडू कोसळले. सुमती-रावसाहेब यांच्या जीवनात उमललेली ही दोनच फुले.

मुकेश आपल्या बहिणीबरोबर आईच्या खोलीत आला. सुमती खुर्चीवर बसली होती. भीत-भीतच मुकेशने वर बघितले.

पांढरे पातळ नेसलेल्या, केसात फुलांची माळ नसलेल्या, हातात बांगड्या नसलेल्या सुमतीला बघताच त्याने 'अम्माऽ' म्हणून हंबरडा फोडत तिच्या मांडीवर डोके टेकले.

"सकाळपासून अम्मा रडलीच नाही. मुन्ना, आता तू आल्यावर तरी...?"

नीरूच्या या बोलण्याने अम्माच्या डोळ्यांतून अश्रुधारा वाहू लागल्या. मुकेशला चिंब भिजवू लागल्या.

अठ्ठावीसचा मुकेश आणि तिशीतली नीरू; पण दोघेही लहान मुलासारखे आईच्या कुशीत शिरून रडू लागले. पुढचे सगळे कार्य यांत्रिकपणे पार पडले. रावसाहेबांचा उत्तराधिकारी– एकुलत्या एक मुलाने– मुकेशने सगळे कार्य पार पाडले.

या साऱ्या क्रियाकर्मांवर मुकेशचा विश्वास होता. भारतीय संस्कृतीविषयी त्याने अनेक नियतकालिकांतून लेखनही केले होते. त्याच्या बुद्धिमत्तेला अनुरूप अशीच नोकरी त्याला बीबीसीत मिळाली होती.

मुकेशने सगळे कार्य श्रद्धेने केले. सहा फूट उंचीच्या त्याच्या आवडत्या

रावसाहेबांची आता, तीन मुठीत मावेल एवढी राख झाली होती.

रावसाहेब गेल्यावर बरीच मंडळी भेटायला आली. मुकेशने सगळ्यांना हात जोडून नमस्कार केला; पण घरचा सगळा व्यवहार त्यांचा जावई सतीशच पाहत होता.

व्यवसायाने वकील असलेला सतीश खूप बडबड्या. सासऱ्यांबरोबर कामानिमित्त हिंडायचा. त्यामुळे त्याच्या ओळखीही खूप होत्या.

–पण मुकेशचे तसे नव्हते. तो मुळातच लाजरा. त्याला एकाकी राहणे आवडत असे. त्यातून तो खूप विचार करणारा मुलगा.

सतीशने रावसाहेबांचा फोटो मोठा करून आणला. तेराव्या दिवसाच्या आमंत्रण पत्रिकांवर तो पत्ते लिहीत बसला होता.

मुकेशचे मन व्याकुळ झाले होते. सुमतीचा पस्तीस वर्षांचा साथीदार तिला सोडून गेला होता.

अस्थिविसर्जनाच्या दिवशी मुकेश एकटाच होईल म्हणून सुमती सतीशला म्हणाली होती, "तुम्हीसुद्धा मुकेशबरोबर श्रीरंगपट्टण येथील कावेरी नदीत अस्थिविसर्जन करून या."

–पण प्रशांतला बरे वाटत नव्हते. प्रशांत हा सतीश आणि नीरजा यांचा एक वर्षाचा मुलगा. मुकेशनेच म्हटले, "नको आई, सतीशना घरीच राहू दे."

त्या दिवशी सतीश मुकेशबरोबरोबर गेला असता, तर हे घडलेच नसते.

नशीब हे कोणत्या रूपात, कोणत्या घटनेने बदलते, ते सांगता येत नाही.

●

मुकेश श्रीरंगपट्टणला जायला निघाला, तेव्हा रावसाहेबांचे मित्र जोशी वकील तिथे आले.

जोशी वकीलसुद्धा रावसाहेबांसारखे गप्पिष्ट, थट्टेखोर आणि हुषार. रावसाहेबांचा त्यांच्यावर फार विश्वास.

"मुन्ना, रावसाहेबांनी मृत्युपत्र लिहिलंय. तू आणि नीरू केव्हा मोकळे आहात?"

"आणखी दोन दिवस सोडून."

"मुन्ना, तुमच्या वडिलांच्या या घराशी संबंधित एक कागद हवाय, तो देशील?"

"काका, मी आता निघालोय. नीरूला विचारा, ती देईल ना!"

मुकेशच्या जीवनात उठणारे वादळ तेच होते, याची कुणालाच कल्पना

आली नाही.

मुकेश श्रीरंगपट्टणला आला. आता त्याच्या दुःखाचा आवेग ओसरला होता. म्हणूनच तर मोठी माणसे 'स्मशानवैराग्य' म्हणतात ना!

कावेरी नदीच्या किनाऱ्यावर त्याच्यासाठी खोली तयार होती.

नदीच्या पात्रात वडिलांच्या अस्थी सोडल्यानंतर मुकेश अंतर्मुख झाला.

पाण्यात पाय सोडून लाटांबरोबर हेलकावत जाणाऱ्या त्या पानांकडे पाहत बसला.

कावेरी ही कर्नाटकाची गंगा. रावसाहेबांना कर्नाटकाबद्दल खूप अभिमान. त्यामुळेच तर ते दिल्ली सोडून कर्नाटकात आले होते.

'आपण आज आपल्या वडिलांच्या अस्थी विसर्जित केल्या, रावसाहेबांनीही आपल्या वडिलांच्या, त्यांनी त्यांच्या वडिलांच्या असे पिढ्यान् पिढ्या या कावेरीत अस्थिविसर्जन होत आले असेल...' मुकेशच्या मनात विचार तरंगत होते.

रावसाहेब हे मूळचे कावेरीच्या किनाऱ्यावरील गुंजाचे रहिवासी. नंतर ते कुणिगलला गेले होते. गुंजा या ठिकाणी आता कुणीही नव्हते. कुणिगलमध्येही कुणी नव्हते.

भारतीय संस्कृतीच मोठी विचित्र आहे. वेगवेगळ्या भाषा, वेगवेगळे आचार-विचार, विभिन्न वेषभूषा; पण सगळ्यांचे मूळ एकच... चपट्या नाकाचे आसामी, गोऱ्या रंगाचे पंजाबी, काळ्या रंगाचे दाक्षिणात्य, सौंदर्यासाठी प्रसिद्ध असलेले काश्मिरी... एकमेकांचा संबंध नाही; तरी पण ते भारतीयच!

●

वासंतीला ही बातमी कळविलेली होती. तिच्या पायाचे दुखणे कमी झाले असले, तरी ती येऊ शकत नव्हती. तिच्या वडिलांचे घर मैसूरमध्ये असूनही मुकेश तिकडे गेला नाही.

वासंतीने मुकेशला सुमतीला लंडनला घेऊन येण्याबद्दल कळविले होते. तिलाही थोडासा बदल होईल, असे वासंतीला वाटले असावे; पण सुमती तर इथेच राहायचे म्हणत होती.

●

मुकेश श्रीरंगपट्टणहून परतला तेव्हा दुपार टळून गेली होती.

अम्मा झोपली असावी, असे समजून तो थेट माडीवर गेला.

जेवण झालेले नव्हते, भूक तर लागली होती. जोशी वकिलांची यायची वेळ झाली होती. मुकेशने बहिणीला हाक मारली, "ताई, प्लेटमधून दहीभात पाठवशील का? तूही माडीवर ये. जोशीकाका यायची वेळ झाली ना?"

मुकेशला कायद्याचे ज्ञान कमीच. हे मृत्युपत्र वडिलांनी का लिहिले, कुणास ठाऊक? सतीश या बाबतीत शहाणा. तोही बरोबर असावा, असे मुकेशला वाटले.

नीरजाने प्लेटमधून दहीभात आणला. तिच्याकडे पाहताच मुकेशला आश्चर्याचा धक्का बसला. तिचे सुजलेले डोळे, विस्कटलेले केस, झोप नसल्यामुळे ओढलेला चेहरा आणि चुरगाळलेले पातळ.

नीरजा तशी शिस्तीची. कोणत्याही प्रसंगी अशी दिसली नव्हती.

'वडिलांच्या मृत्यूमुळे तिची अशी अवस्था झाली काय? का आपल्यालाच तसा भास होतोय?'– मुकेश विचार करू लागला.

नीरजाने श्रीरंगपट्टणम्च्या प्रवासाबद्दल मुकेशला काहीच विचारले नाही. काहीही न बोलता ती निघून गेली.

तेवढ्यात जोशी वकील माडीवर आले.

"मुन्ना, प्रवास कसा झाला? सगळं कार्य व्यवस्थित पार पडलं ना?"

"होय काका, सगळं ठीक झालं. ताईनं तुम्हाला तो कागद दिला ना?"

"त्याची गरज नव्हती. नंतर मी तिला फोन करून कळवलंसुद्धा. मुन्ना, रावसाहेब तसे फार शिस्तीचे. सगळे कागद त्यांनी व्यवस्थित ठेवले होते. मीच नीट बघितले नव्हते."

"ताई, तू आणि सतीश लवकर या." मुकेशने ओरडून सांगितले.

"मुन्ना, विशेष काही नाही. फक्त अर्ध्या तासाचं काम. मी मृत्युपत्र वाचून दाखवितो. तुमचं काहीही म्हणणं असेल तर मला फोन करून बोलवा. सतीशला तर त्यातली सगळी माहिती आहेच. माझी गरजच पडणार नाही."

पुढच्या अर्ध्या तासात त्याच्या आयुष्यात उलथापालथ होईल, असे त्याला वाटले नव्हते.

•

नीरजा आणि सतीश माडीवर आले. मुकेश अजून दहीभात खात होता.

जोशी वकील मृत्युपत्र वाचून दाखवीत होते. मुकेशला कायद्याच्या भाषेचा अर्थ कळत नव्हता.

"काका, मुख्य मुद्दे तेवढे सांगा."

"मुन्ना, रावसाहेबांनी असं लिहिलंय बघ, बँकेत ठेवलेल्या सगळ्या एफ.डी.मधला अर्धा वाटा नीरजाला मिळाला पाहिजे."

सतीशने विचारले, "उरलेला अर्धा?"

"उरलेला अर्धा वाटा, सगळी आभरणं, आताचं राहतं घर सुमतीला मिळायला हवं. पुढं ते कुणाला मिळायला हवं, ते तिच्या इच्छेवर अवलंबून आहे."

मुकेशला काहीच कळाले नाही. सतीश सावरून बसला.

"–आणि बाकीची संपत्ती?"

"–आणि बाकीचं सगळं मुकेशच्या नावानं केलं आहे. म्हणजे हे मुकेश गार्मेंट्सचे शेअर्स, कूर्गमधला कॉफीचा मळा, दिल्लीतलं घर, इथलं जयनगरमधलं घर... सगळं काही मुन्नाच्या नावावर व्हायला हवं. त्यातले पाच लाख रुपये रामलाल ड्रायव्हरला द्यायला हवेत."

सगळे गप्प बसले होते.

स्मशानशांतता पसरली होती.

नीरू आणि मुकेश काहीच बोलले नाहीत.

सतीशने त्या शांततेचा भंग केला.

"बँकेत किती रक्कम आहे?"

"जवळ जवळ पन्नास लाख."

"म्हणजे नीरूला फक्त पंचवीस लाख मिळणार की काय?"

"होय, शिवाय रावसाहेबांनी असंही लिहिलंय, की त्यांनी यात जे जे लिहिलंय, तसंच त्या त्या व्यक्तीला मिळालं पाहिजे."

"याचा अर्थ काय?" सतीशने विचारले.

"नीरूला दिलेलं घर, सोन्याची आभरणे, कार, वासंतीला लग्नात दिलेलं सोनं, सतीशला प्रॅक्टिससाठी म्हणून दिलेले दहा लाख रुपये... हे सगळं ज्याचं त्याचं!"

सतीश म्हणाला, "हे बरोबर नाही."

त्याच्या आवाजात निराशा डोकावत होती.

"सतीश, इथं बरोबर की चूक याचा प्रश्नच नाही. सुमतीच्या वाट्याची संपत्ती, त्या कुणाच्याही नावे करू शकतात. तीच वाट्टेल तेवढी आहे ना? सामान्यपणे आई आपल्या मुलींच्या नावेच करत असते. मुन्नाला खूप काही दिलं असल्यानं सुमती नीरूच्या नावानंच करेल."

"–पण सासूबाईंनी लिहून दिलं, तरच ते शक्य आहे."

"होय."

हे सगळे असह्य होऊन सतीशने विचारले,

"उरलेल्या संपत्तीची किंमत काय होईल?"

जोशी वकील सावध झाले.

"सतीश, तुला व्यवहार चांगला कळतो. त्याची किंमत तूच कर."

"जवळजवळ वीस कोटी होईल. थोडी जास्तच होईल. उद्योग तेजीत चाललाय."

नीरजा काहीच बोलली नाही. तिने मुकेशकडे बघितले.

आतापर्यंत मुकेश काहीच बोलला नव्हता. तो अस्वस्थ झाला होता.

पैशाच्या बाबतीत नीरजा किंवा मुकेश यांच्यापैकी कुणीच एवढे खोलात जाऊन बोलले नव्हते. मुकेशनेच विचारले, "काका, बाबांनी माझ्या नावाने लिहिलेल्या संपत्तीतला अर्धा वाटा ताईला मिळेल काय?"

"तुझी इच्छा असेल, तर तसं लिहून दे."

"सतीश, आता तरी सगळं ठीक झालं ना?"

जोशी वकिलांना परिस्थितीचे गांभीर्य समजले. ते म्हणाले,

"तुम्ही सगळे बसून विचार करा. एक रुपयासुद्धा आई-लेकांना वेगळं करतो म्हणतात. भावनेच्या आहारी न जाता सुमतीबरोबर बसून सगळा विचार करा आणि मग मला कळवा."

जोशी वकील जाण्यासाठी उठले.

आता त्या खोलीत ते तिघेच होते.

आई-वडिलांच्या संपत्तीबद्दल सतीश समाधानी दिसत नव्हता, नीरजा काहीच बोलत नव्हती.

'रावसाहेबांनी असं का केलं? खरं म्हणजे अर्धा वाटा मुकेशला आणि अर्धा वाटा नीरजाला मिळायला हवा होता.'

मुकेशला वाईट वाटले. सतीश असमाधानी होता. त्यामुळे तो आपल्या ताईला काही त्रास देणार नाही ना, असे त्याला वाटू लागले.

"ताई, बाबांनी असं का केलं, ते मला माहीत नाही. तुझ्याजवळ काही बोलले होते का?"

नीरजाने मानेनेच नाही म्हणून सांगितले. मुकेशने मृत्युपत्रावरची तारीख पाहिली. रावसाहेबांच्या मृत्यूच्या फक्त एक आठवडा आधी त्यांनी मृत्युपत्र लिहिले होते.

"ताई, हे काय नवीन प्रकरण? तुला काय पाहिजे, ते सरळ सांग. आपण

दोघं एकाच रक्ताचे. लहानपणापासून एकत्र वाढलो, या संपत्तीपायी भांडणं नकोत. मी तुला अर्धा वाटा देतो. आणखी पाहिजे असेल तर सांग; पण अशी अबोल होऊ नकोस. दु:खी होऊ नकोस.''

नीरजा बोललीच नाही. सुरा खुपसावा तशा स्वरात सतीश म्हणाला, ''मुन्ना, अर्धा वाटा लिहून द्यायला तुला हक्क नाही; कारण तू या संपत्तीचा वारस नाहीस.''

''म्हणजे काय?''

''म्हणजे तू सख्खा मुलगा नाहीस. पाळलेला मुलगा आहेस.... पाळलेला.'' ∎

३

आकाश कोसळले असते तरी मुकेश एवढा घाबरला नसता; पण सतीशचे बोलणे ऐकून तो कोसळला.

सतीशच्या या अकल्पित बोलण्याने तो पूर्णपणे उन्मळून पडला.

"तुला काय म्हणायचंय?"

"तू रावसाहेबांचा मुलगा नाहीस. फक्त नीरजा ही त्यांची मुलगी आहे."

"कोण म्हणतंय तसं?"

"माझ्याजवळ पुरावा आहे. त्याच्याशिवाय मी असं बोललो असतो काय?"

"कसला पुरावा?"

मुकेशचा आवाज थरथरत होता. एका क्षणात पायाखालची जमीन खचत असल्याचा अनुभव आला. एखाद्या झाडाच्या फांदीला धरून झोके घेत असताना ती फांदीच मोडावी, तसे झाले त्याला.

सतीशने मुकेशसमोर एक फोटो धरला.

तो नेहमीसारखा कृष्णधवल फोटो होता. मुकेश आणि नीरजा यांच्या लहानपणीचा हा फोटो मुकेशला नवीन नव्हता.

दोन्ही अल्बम सुमतीने मुलांच्या हट्टाखातर केले होते. त्यात त्या दोघांच्या लहानपणापासून ते आतापर्यंतच्या वेगवेगळ्या प्रसंगांचे फोटो होते.

मुकेशच्या अल्बममध्ये हा फोटो होता. त्याने हेच कपडे घातले होते; पण त्यात तो एकटाच होता. तो त्याचा जुना, पण पहिला फोटो. जुन्या काळातल्या पद्धतीप्रमाणे स्टुडिओत मागच्या बाजूला पडदा होता, सिंहासन होते. शेजारी कृत्रिम फुलांचा गुच्छ होता.

"त्यात काय विशेष आहे?"

"तू लक्ष देऊन बघ."

अगदी अशाच प्रकारचा फोटो नीरजाच्या अल्बममध्येही होता. छोटी,

परकरातली नीरजा त्यात होती. तिच्या चेहऱ्यावर भीतीची छटा होती. ती एकटीच सिंहासनावर बसलेली होती. हा फोटो मुकेशच्याही लक्षात होता. सतीशनेसुद्धा हा अनेक वेळा बघितलेला होता. त्याने खूपदा चेष्टाही केली होती.

"नीरू, हा फोटो मी जर पाहिला असता, तर मी नक्कीच तुझ्याशी लग्न केलं नसतं. अगदीच खेडवळ दिसतेस. मुकेशही तसाच दिसतोय."

तेव्हा सुमती म्हणाली, "त्याच स्टुडिओत जाऊन अगदी तशाच प्रकारचा फोटो नीरू लहान असताना एकदा आणि मुकेश लहान असताना एकदा काढलेला होता."

"हा कसला पुरावा?"

"फोटोच्या मागे पाहा."

त्याने फोटो पुन्हा एकदा पाहिला. नीरजा आणि मुकेश शेजारी शेजारी उभे होते. दोघांचेही केस लांब होते. दोघांचे केस वाढलेले होते. दोघेही त्याच सिंहासनावर बसले होते.

फोटोच्या मागे २.२.१९७० अशी तारीख होती. पिक्चर पॅलेस, जालना, महाराष्ट्र असा पत्ता लिहिलेला होता. सतीश एखाद्या वकिलासारखा मुकेशला प्रश्न विचारू लागला, "मुन्ना, नीरूचा वाढदिवस कधी आहे?"

"एकतीस डिसेंबर."

"होय, ६७ सालचा शेवटचा दिवस ना."

"नीरू तुझ्यापेक्षा किती मोठी आहे?"

"दोन वर्षं एक दिवसाने."

"नव्या वर्षाचा पहिला दिवस सगळ्यांना माहीत आहे ना. तुम्हीच तर माझा आणि माझ्या ताईचा वाढदिवस रात्री बारा वाजेपर्यंत साजरा करत होता. आई मात्र माझा वाढदिवस नेहमी बुद्धपौर्णिमेलाच साजरा करते. हा कुठला तरी फोटो घेऊन मला का असे अनाथ करताहात?" मुकेशने व्यथित होऊन विचारले.

"मुन्ना, मी खरं तेच सांगतो. जे सांगतो, ते पुराव्यानिशी सिद्ध करतो. नीरूची जन्मतारीख ३१.१२.१९६७ व तुझी जन्मतारीख १.१.१९७० तू तिच्यापेक्षा दोन वर्षं एक दिवसाने लहान आहेस, हे सगळ्यांना माहीत आहे. या फोटोच्या पाठीमागे २.२.१९७० असे लिहिले आहे. म्हणजे हा फोटो काढला, तेव्हा तुझं वय फक्त एक महिना एक दिवस एवढंच असेल ना?"

सतीशच्या बोलण्यात चोराला पकडल्याचा स्वर होता. आपण जिंकल्याचा अभिमान होता.

सतीशच्या तर्कात तशी कोणतीच चूक नव्हती. मुकेशने फोटो पुन्हा एकदा पाहिला.

त्यात दोघेही एकाच उंचीवर बसलेले दिसले. एक महिन्याच्या बाळाबरोबर दोन वर्षे मोठी असलेली ताई असण्याऐवजी समवयस्क अशा दोन वर्षांच्या मुलांचा फोटो होता.

"म्हणजे तुझी किंवा नीरजाची जन्मतारीख चुकीची आहे. तुम्ही दोघं जुळी भावंडं नाही आहात. नीरजाचा जन्मदाखला आहे, ती बंगलोरच्या वाणीविलासमध्ये जन्मल्याचा. हॉस्पिटलचा दाखला पण आहे; पण तुझा?"

सुमतीच्या सांगण्याप्रमाणे मुकेशचा जन्म दिल्लीस असताना एका घरीच झाला, तेवढेच माहीत होते.

कापऱ्या आवाजात मुकेशने विचारले, "ताई, याआधी मी हा फोटो कधीच पाहिला नव्हता. तुला कुठं मिळाला हा?"

●

जोशी वकिलांनी विचारलेले कागद देण्यासाठी मुकेशनेच नीरजाला सांगितले होते. नीरजाने वडिलांची लोखंडी तिजोरी पहिल्यांदाच उघडली होती.

रावसाहेब असताना या तिजोरीला कुणीच हात लावीत नव्हते आणि तसे कारणही नव्हते.

जुन्या काळातली, दिल्लीहून आणलेली तिजोरी होती ती. रावसाहेबांनी व्यापारासाठी म्हणून आणलेली पहिली तिजोरी; पण भावुकतेपोटी त्यांनी ती ठेवून घेतली होती.

तिजोरीच्या आत आणखी एक कप्पा होता. आत छोटासा खण, त्यात काही कागद होते.

शोधाशोधीची कामे करण्याचा नीरजाला नेहमीच कंटाळा असायचा; परंतु हे काम केले नाही तर गावाहून आल्यावर मुकेशलाच ते करावे लागेल. बिचारा दमून येईल, आपणच तो कागद शोधून द्यावा म्हणून तिने तो कागद शोधायला सुरुवात केली. तो कागद शोधताना तिला पांढऱ्या रंगाचे एक कव्हर सापडले. खूप जुने होते ते. त्यात काहीतरी असेल म्हणून तिने ते कव्हर उघडले.

त्यात एक खूप जुना फोटो होता. तिने हा फोटो घरी कधीच पाहिला नव्हता. मुन्ना आणि नीरू यांच्या लहानपणी एकत्र काढलेला हा एकच फोटो होता.

हा फोटो बघून तिला खूप आनंद झाला. दुर्मिळ फोटो असल्यामुळे तो आईला दाखवावा असे वाटले, मुन्ना आल्यावर त्याला दाखविता येईल, या विचारात ती आपल्या हातातले काम सोडून तिजोरीचा दरवाजा तसाच उघडा ठेवून खाली उतरत होती.

तेवढ्यात सतीश समोर आला.

"हे बघा, माझा आणि मुन्नाचा खूप जुना फोटो आहे हा. अचानक मिळाला. किती गोड आहे ना?"

सतीशने तिच्या हातातून तो फोटो काढून घेतला. त्याच्या डोक्यात कसले तरी विचार डोकावू लागले. त्याने तो फोटो फिरवून मागे पाहिले.

नीरूला काहीच कळेना.

क्षणात सतीश म्हणाला, "नीरू, तू तो कागद शोध. हा फोटो माझ्याकडं असू दे. प्रशांतला बरं नाही, त्याच्याकडं जरा बघ."

नीरू पुन्हा माडीवर गेली.

सतीशने तो फोटो पुन्हा एकदा पाहिला.

मुन्ना आणि नीरू एकाच उंचीचे, एकमेकांना मिठी मारून उभे आहेत. त्यांच्या चेहऱ्यावर बालसुलभ आनंद पसरलेला आहे. त्यांच्या सहज भावनांना कॅमेऱ्याने नेमके टिपलेले आहे. सतीशचे सूक्ष्म निरीक्षण चालले होते.

सतीशला कसली तरी शंका आली. फोटोच्या मागे तारीख आणि ठिकाण यांची नोंद आहे.

सतीशचे वकिली डोके तसे फार तल्लख. तो नीरू आणि मुन्ना यांच्या जन्मतारखेचा हिशेब करू लागला.

यात काहीतरी रहस्य दडलेले आहे.

मुले लहान असताना दोन वर्षांमधले आणि चार वर्षांमधले अंतर सहजपणे लक्षात येते. नंतर ती मोठी झाली, की अठ्ठावीस आणि तिशीच्या दरम्यान काहीच फरक जाणवत नाही.

त्यामुळे मुन्नाच्या जन्मतारखेत काहीतरी रहस्य दडलेले आहे. सतीश विचार करू लागला.

नीरू आईसारखी दिसते. तोच गोरा रंग, कुरळे केस, लांब नाक, तारुण्यातल्या अम्मा अशाच दिसत असाव्यात आणि मुन्ना?

मुन्ना वडिलांसारखा उंच आहे. रंग साधारण; पण तोही वडिलांच्या सारखाच. डोळे मात्र थोडे बारीक. नाक थोडे रुंद; पण तसा वेगळा दिसत नाही. काळे केस चमकतात. रावसाहेबांना टक्कल पडलेले. तरीही केवळ रूपावरून, हीच आईवडिलांची मुले असे सांगता येत नाही.

सतीश स्वतःबद्दल विचार करू लागला. त्याचे आई-वडील बुटके; पण सतीश मात्र सहा फूट उंच. आई-वडील दिसायला तसे साधारणच; पण हा मात्र अतिशय देखणा. वडील बुद्धिमान होते; पण हा मात्र असाधारण बुद्धिमत्तेचा होता.

त्यामुळे रूपाची तुलना करणे बरे नव्हे. कुटुंबातल्या आजी, आत्या, मावशी यांपैकी कुणाशी तरी साधर्म्य असेल; पण त्याच्या जन्मतारखेचे काय?

हा प्रश्न सुमतीनेच सोडविला पाहिजे. सतीश नीरजाला घेऊन सुमतीच्या खोलीत आला आणि त्याने खोलीचा दरवाजा लावून घेतला.

सुमती आश्चर्याने बघू लागली. ती जावयाबरोबर मोकळेपणाने कधीच वागली नव्हती. सतीशने सुमतीच्या टेबलाकडे बघितले.

त्या टेबलावर एका बाजूला मुकेशच्या लग्नातला फोटो होता. सुमती आणि रावसाहेब ही दोघे मुलगा आणि सून ह्यांच्याबरोबर आनंदाने हसत आहेत. दुसऱ्या बाजूला नीरूच्या लग्नातला फोटो.

नीरूला काहीच कळेनासे झाले.

सतीशच पुढे आला आणि त्याने विचारले, "अम्मा, मुन्नाची जन्मतारीख कोणती?"

"हा प्रश्न आत्ता का आला? त्याच्या शाळेच्या प्रमाणपत्रात आहे ना? शिवाय, गेली पाच वर्षे तुम्ही तुमच्या मेव्हण्याचा वाढदिवस नवीन वर्षाच्या पहिल्या दिवशीच साजरा करत आहात ना?"

"अम्मा, मी त्याच्यासाठी म्हणत नाही. त्याची जन्मतारीख कोणती?"

"ती कशासाठी हवी?"

"हा फोटो बघा, नीरू कागद शोधत होती, तेव्हा तिला मिळाला. जालन्यातल्या पिक्चर पॅलेसमध्ये काढून घेतलेला आहे."

सतीशने फोटो पुढे केला.

तो फोटो बघताच सुमती साप चावल्यासारखी दचकली. तिचा चेहरा उतरला. तिची वाचाच बंद झाली.

सतीश म्हणाला, "अम्मा, मला हे एक रहस्य वाटतंय; पण हे नुसतंच रहस्य नाही, तर यात आम्हा सगळ्यांचं भविष्य दडलेलं आहे."

आता नीरूसुद्धा घाबरलेली दिसत होती.

कुठला जुना फोटो मिळाला म्हणून नवऱ्याला दाखविला, तर तो 'रहस्य', 'भविष्य' असे काहीतरी बडबडू लागला होता.

"अम्मा, खरं सांगा. तुमचं अपत्य कोण? नीरजा की मुन्ना?"

नीरजाच्या मनात क्षणभर काळोख पसरला.

"म्हणजे आपण सुमतीची मुलगी नाही तर!"

नीरू सुमतीच्या पायाशी बसली. म्हणाली, "आई, मी तुझी मुलगी नाही का? तू मला जन्म दिला नाहीस का?"

नीरू हमसून हमसून रडत होती.

सुमती गप्प होती.

चाणाक्ष असलेल्या सतीशने हे सगळे टिपले. त्याने याच प्रकारच्या प्रतिक्रियेची अपेक्षा केली होती. आपल्या सासूवर आणखी थोडा दबाव आणला, तर खरे काय ते बाहेर पडेल, हेही त्याने ओळखले.

''अम्मा, तुम्ही खरं काय ते सांगितलं नाहीत, तर नीरूचा संसार उद्ध्वस्त होईल.''

''अम्मा, बाबांसाठी तरी तू खरं काय ते सांग. त्यांचा आत्मा अजून इथंच आहे.''

पोटची मुलगी एकीकडे, दडवून ठेवलेले रहस्य दुसरीकडे. रावसाहेब नेहमी म्हणायचे, ते सुमतीला आठवले.

''सुमती, खऱ्याला एकच आई असते. खोट्याला अनेक आया असतात. खोटं जे असतं, ते एक ना एक दिवस बाहेर पडायलाच हवं.''

आता ते खोटे बाहेर पडण्याची वेळ जवळ आली होती. रावसाहेबांसारखा सोबती सोबत नसताना खरे काय ते सांगायलाच हवे, अशी परिस्थिती निर्माण झाली.

शांतपणाने, पण अत्यंत दुःखाने, कष्टाने सुमती एकेक शब्द उच्चारू लागली. तिची नजर जमिनीशी बोलत होती.

''नीरू, तू माझी मुलगी आहेस. मुन्ना हा माझा मानलेला मुलगा आहे; पण मी त्याच्यावर पोटच्या पोरापेक्षाही जास्त प्रेम केलंय.''

नीरू दिङ्‌मूढ झाली.

सतीश मनातल्या मनात हसला.

●

आपल्या जन्माविषयी कळल्यानंतर मुकेशला काहीच सुचेनासे झाले.

त्याच्या खोलीच्या खिडकीतून संध्याकाळची उतरती उन्हे आत आली होती. बाहेरचा हिरवागार मळा आणि त्यात चरत असलेली गाय दिसत होती.

कुठेही काहीही बदललेले नव्हते; पण मुकेशच्या जीवनात फार मोठी उलथापालथ झाली होती.

फक्त पाच मिनिटांत विश्वास न ठेवण्याजोगी घटना घडून गेली. पाच मिनिटांपूर्वी तो सुमतीचा एकुलता एक मुलगा होता; पण आता तो तिचा मानलेला मुलगा झाला होता.

त्याच्या मनातले वादळ त्याच्या चेहऱ्यावर जाणवत होते. पुढे काय करायचे, हे त्याला सुचेनासे झाले. त्याच्या जन्माचे रहस्य ज्यामुळे उलगडले, तो फोटो टेबलावरच पडला होता.

'अरे देवा, हा फोटो मिळाला नसता, तर किती बरे झाले असते? हे सत्य कळण्यापेक्षा भ्रमात होतो, तेच चांगले होते.' मुकेशचे मन म्हणत होते.

"अम्मा, ही गोष्ट मला का सांगितली नाहीस?"

"मुन्ना, आम्ही दोघं तुझ्यावर नीरूपेक्षा जास्त प्रेम करत होतो. सांगण्याचं काहीच कारण नव्हतं."

"बाबा मला सगळं काही सांगत होते. चांगल्या मित्राप्रमाणं वागत होते. त्यांनीसुद्धा मला खोटं सांगितलं?"

"मुन्ना, त्यांनी तुला सांगण्याचा खूप प्रयत्न केला; पण मीच त्यांच्या आड आले. कोमात जाण्यापूर्वी त्यांनी तुझी खूप आठवण काढली. त्या वेळी त्यांना खरं काय ते सांगायलाच हवं, असं वाटलं असेल."

"अम्मा, तरी पण..."

"मुन्ना, तुला खरी गोष्ट कळली, तर तू मोठा झाल्यावर तुला जन्म दिलेल्या आईकडं जाशील, म्हणून मला भीती वाटत होती. तुझ्यावरच्या माझ्या मोहामुळं असं झालं. तू आम्हाला सोडून गेला असतास, तर मी नक्कीच जिवंत राहिले नसते. माझा जीव तुझ्यात होता."

"अम्मा, मला जन्माला घातलेली आई जिवंत आहे का गं?"

"आहे बाबा, आम्ही स्वतःहून अनाथाश्रमातून तुला आणलेलं नाही. तुझ्या आईनं आपल्या हातांनी तुला आमच्याकडं सुपूर्द केलं."

"आता ती कुठं आहे?"

"अमृतसरमध्ये. तिचं नाव रूपिंदर कौर."

"अम्मा, मी तुमच्या घरी कसा आलो?"

"ती एक मोठी कहाणी आहे."

■

४

रावसाहेब तेव्हा अजून 'रावसाहेब' झालेले नव्हते. रेल्वेच्या मालविभागात कारकून म्हणून काम करीत होते. पगार फारच कमी होता.

कुणिगल हे त्यांचे गाव. शिक्षणही फारसे झालेले नव्हते. फार फार तर मॅट्रिकपर्यंत शिकले असतील; पण त्यांची वृत्ती समाधानी होती.

आपल्या बहिणीच्या लग्नासाठी त्यांनी आपली जमीन, घर विकून टाकले होते. अंगभर कर्ज झाले होते. त्यात ही लहान पगाराची नोकरी. अशा मुलाला मुलगी कोण देईल?

त्यांच्यासारख्याच गरीब घराण्यात वाढलेली, बेंगलोरमधल्या अक्की पेठमध्ये राहणारी सुमती, त्यांची बायको म्हणून त्यांच्या घरी आली.

सुमतीचा स्वभाव अगदी नावाप्रमाणेच होता. तीसुद्धा मोठ्या कुटुंबातून आली होती.

लग्न झाले, तेव्हा रावसाहेब चिक्कबाणावर या गावात नोकरीला होते.

लग्नानंतर दोन वर्षांनी नीरजा जन्मली.

सुमतीच्या गरीब भावंडांनी 'कर्तव्य' म्हणून तिचे बाळंतपण कसेबसे पार पाडले.

बेंगलोरच्या वाणीविलास या सरकारी हॉस्पिटलात नीरजाचा जन्म झाला.

बाळंतपणात फार रक्तस्राव झाल्यामुळे गर्भाशय काढायची वेळ आली. स्त्रीरोगतज्ज्ञ फार हुषार असूनसुद्धा दुसरा इलाजच नव्हता. डॉ. शशिकला यांनी कृष्णरावांना बोलावून सांगितले, "यानंतर तुम्हाला मुलं होणार नाहीत. आता गर्भाशय काढले नाही, तर आईच्या जिवाला धोका आहे."

नाइलाज झाल्याने कृष्णरावांनी सही केली; पण घरात कुणालाही सांगितले नाही. कृष्णरावांची आई सुंदरम्मा. मुलगी झाल्याची बातमी ऐकताच तिने नाक मुरडले.

"पहिली मुलगीच का? सुमतीला पुढच्या खेपेला मुलगाच व्हायलाच पाहिजे." तिने आपल्या मुलाला बजाविले.

मुलगा-मुलगी होणे हे आईच्या हातात नसते; पण कुणिगलमधल्या त्या म्हातारीला कसे कळणार?

घरात सगळ्या मुलीच भरल्या आहेत. अशिक्षित अशा वातावरणात वाढलेल्यांना हे समजायचे कसे?

सुमती हॉस्पिटलमधून बाळाला घेऊन घरी आली, तेव्हा तर तिला उठता-बसता हेच ऐकून घ्यावे लागले. त्यामुळे ती वैतागून गेली होती.

त्या घरातून कधी एकदा बाहेर पडेन, असे तिला झाले होते.

कृष्णरावांची बदली महाराष्ट्रातल्या जालना या गावी झाली आणि तिचा प्रश्न सुटला.

सुमती नीरजाला घेऊन अगदी आनंदाने निघाली.

आता परत कधी यायचे कुणास ठाऊक? 'लवकर ये' म्हणून प्रेमाने बोलावणारे माहेर नव्हते. आली नाही म्हणून वाईट वाटून घेणारे सासरपण नव्हते.

हिंदी चित्रपट बघून मोडके-तोडके हिंदी बोलायला शिकलेल्या सुमतीने परदेश प्रवासाला निघाल्यासारखी जय्यत तयारी केली आणि ती जालन्याला निघाली.

जालना हे महाराष्ट्रातले एक रेल्वे जंक्शनचे गाव. सगळ्या ठिकाणी असते तशी इथेही स्टेशनच्या बाहेर रेल्वे कॉलनी होती.

कमी पगारावर काम करणारे कामगार बहुतेक या रेल्वे कॉलन्यांमधेच राहायचे. ती एक छोटीशी चाळच होती, असे म्हणायला हरकत नाही. दोन खोल्यांचे घर, त्यात छोटेसेच स्वयंपाकघर.

सासू, नणंदा यांचा त्रास नसलेल्या दूरच्या गावी असल्यामुळे हे घर म्हणजे सुमतीला राजवाड्यासारखे वाटू लागले.

घरात तशा कोणत्याच प्रकारच्या सोयी नव्हत्या. तरीसुद्धा जालना हे गाव तिला खूप आवडले.

घरात पाण्याचा नळ नव्हता. आख्ख्या चाळीत पिण्याच्या पाण्याचा एकच नळ. पिण्याचे पाणी तिथून भरून आणावे लागे. पाणी घरात साठवून ठेवावे लागे.

त्या दोघांना असे किती पाणी लागणार होते?

दोन-तीन घागरी झाल्या तरी खूप.

सगळ्यांच्या आधी उठून सुमती पाणी भरून घ्यायची.

त्या रेल्वेच्या कॉलनीत पुष्कळ कुटुंबे होती; पण सुमतीची कुणाशीच जास्त घसट नव्हती.

घरचे सगळे काम संपवून गाणी गुणगुणत, नीरजाशी खेळण्यात तिचा वेळ निघून जायचा.

त्यातूनही वेळ मिळालाच तेव्हा हिंदी वाचायला-लिहायला ती शिकू लागली. कॉलनीतली कुटुंबे वेगवेगळ्या राज्यांतून आलेली असली तरी हिंदी हीच त्या सगळ्यांची भाषा होती.

कृष्णराव हे अत्यंत सभ्य आणि विश्वासू गृहस्थ. कष्टाळू स्वभावाचे. त्यामुळे कोणत्याही कामासाठी त्यांच्या साहेबांना कृष्णरावच हवे असत. त्यामुळे कृष्णरावांचे घरात असणे, तसे कमीच.

त्या दोघांनी कधीच श्रीमंतीची स्वप्ने बघितली नाहीत. अत्यंत समाधानाने ते आपला संसार करीत होते.

नीरजा मोठी होत होती. तिची पहिली पावले याच घरात पडू लागली. आता ती वर्षाची झाली होती. घरभर हिंडत होती.

नशीब हे प्रत्येकाला वेगवेगळ्या रूपात भेटत असते.

सुमतीला तिचे नशीब भेटले ते नळाच्या रूपात.

एक दिवस काही कारणांनी नळाला पाणी येईनासे झाले. पाण्यासाठी सगळ्यांचा गोंधळ सुरू झाला.

रेल्वे कॉलनीच्या मागच्या बाजूला एका मध्यमवर्गीय श्रीमंतांचे घर होते. त्यांच्या घराच्या अंगणात एक 'हँड पंप' असल्याचे सुमतीने बघितले होते. नीरूला बरोबर घेऊन बाजारात जाताना ती त्या घरासमोरून जात होती.

सुमतीची त्यांच्याशी ओळख नव्हती; पण त्या घरात भरपूर माणसे असावीत, असे दिसत होते. त्या घरात सरदारजीचे एक कुटुंब राहात होते.

त्यांच्या घरात पाणी विचारावे तरी कसे? तिला भीड वाटत असली तरी तिने एका हातात घागर घेतली आणि दुसऱ्या हाताने नीरूला चालवत ती त्यांच्या घरी आली.

त्या घराच्या फाटकाबाहेर सुमती थांबली. फाटकाच्या आतल्या बाजूला सुमतीपेक्षा चार-सहा वर्षांनी मोठी, एक देखणी बाई 'हँड पंप'ने पाणी काढीत होती.

सुमतीकडे पाहून ती हसली. सुमती आणि नीरूला रोज पाहत असावी.

तिच्या हसण्याने सुमतीला थोडा धीर आला.

"मला एक घागर भरून पाणी द्याल का? बाळाला पिण्यासाठी पाणी नाही.

एक घागर पुरे.'' सुमतीने एका दमात विचारले.

''त्यात काय एवढं, या ना.'' म्हणत तिने तिला आत बोलावले.

फाटक उघडल्याचा आवाज ऐकू आल्याने गॅलरीतून म्हातारी डोकावली. ''कोण गं ते रूपिंदर?'' तिने विचारले.

''शेजारच्या रेल्वे कॉलनीतले आहेत. एक घागर पाणी पाहिजे म्हणे.''

त्या म्हातारीने पंजाबी भाषेत काय सांगितले, ते सुमतीला कळाले नाही.

पण रूपिंदरने हसत हसतच सुमतीला सांगितले, ''केव्हा पाहिजे तेव्हा पाणी घेऊन जा.''

नीरजा पाण्यात खेळत होती. तिने तिच्याकडे बघत विचारले, ''तुमची मुलगी काय?''

''होय, मला एकच मुलगी आहे. तुम्हाला?''

''दोन्ही मुलंच आहेत.''

रूपिंदर आणि सुमती यांची मैत्री जमली, ती अशी.

दुपारचे जेवण झाले, की रूपिंदर सुमतीच्या घरी येऊ लागली. तिची सासू गावात नसली, की नीरजाला घेऊन सुमती तिच्या घरी जाऊ लागली.

रूपिंदरच्या घरी भरपूर माणसे होती. मुलेही भरपूर होती. तिचा सबंध दिवस स्वयंपाकघरातच जात होता.

एक दिवस नीरजा आईचे बोट धरून रूपिंदरच्या घरी आली.

बाहेरच्या कट्ट्यावर बसून ती काहीतरी चघळत असताना आतून एक मूल आले आणि ते तिला दाराआडून बघू लागले.

नीरजाला बघताच लाजेने का भीतीने माहीत नाही; पण बाहेर न येता त्या मुलाने 'माँ' अशी हाक मारली.

''बेटा, बाहेर ये. ती तुझी बहीण आहे. लाजू नकोस.'' रूपिंदर त्या मुलाला म्हणाली.

सुमती बोलता बोलता थांबली आणि त्या मुलाकडे बघू लागली.

''हा माझा मोठा मुलगा. लहान मुलगा खूप छोटा आहे.'' रूपिंदरने सांगितले.

नीरजाने आपल्या बरोबरीच्या मुलाला बघितले आणि ती पुढे आली. आपला हातातला खाऊ तिने त्यालाही दिला.

सुमतीने त्या मुलाला नीरजाची ओळख करून देताना म्हटले, ''ही तुझी ताई.''

मुलाने 'ताई' म्हणून हाक मारली.

रूपिंदरने त्या मुलाची ओळख करून देताना म्हटले, ''हा तुझा मुन्ना.''

नीरजाने त्याला 'मुन्ना' अशी हाक मारली.

सुमतीचे बोलणे मधेच थांबवीत मुकेशने विचारले, ''अम्मा, तो मुलगा म्हणजे मीच ना?''

''होय, मुन्ना.''

'म्हणूनच अम्मा आपल्याला मुन्ना म्हणते. तिनेच आपल्याला 'ताई' हा शब्द शिकविला.' मुकेश मनातल्या मनात म्हणाला.

लहान असताना नीरजाने आपणहून आपल्या हातातला खाऊ त्याला दिला होता.

'आज संसारातल्या संपत्तीचा अर्धा वाटा कमी झाला, असे सतीश म्हणतो. आम्हा भावंडांचे प्रेम, त्याग, एकमेकांवरचे ऋण त्याला काय माहीत असणार?' नीरजा आपल्या मनात म्हणत होती.

अश्रुभरल्या डोळ्यांनी मुन्नाकडे पाहत तिने मायेने आपल्या भावाचा हात दाबला आणि 'मुन्ना' अशी हाक मारली.

●

नीरजा आणि मुकेश यांचे भावबंध असे निर्माण झाले. आता सुमतीला बऱ्यापैकी हिंदी बोलता येत होते. ती पंजाबी लोकांच्यासारखे परोठेपण करायला शिकली होती. रूपिंदरबरोबर ती मोकळेपणाने बोलत होती.

रेल्वे कॉलनीतली माणसे तशी कुणालाच विशेष सामावून घेणारी नव्हती. आता तर अजिबातच लावून घेत नव्हती. मुन्ना अधिकाधिक वेळ सुमतीच्या घरीच खेळत असायचा. तोही नीरूसारखेच कन्नड बोलायचा. सुमतीला 'अम्मा' आणि कृष्णरावांना 'बाबा' म्हणून हाक मारायचा. हे त्याचे बोलणे ऐकून सुमतीला हसू यायचे; पण रूपिंदर मात्र विचारात पडायची.

रूपिंदरचा नवरा सुरिंदर हा अगदी खेडवळ. त्याचे शिक्षणही तसे कमी झाले होते. त्याला विचार करण्याची सवयच नव्हती. त्याची आई आता म्हातारी झाली असली, तरी तिच्या नावावर थोडी जमीन होती. घरात सगळे तिच्या म्हणण्याप्रमाणेच चालत असे. सुरिंदरचा मोठा भाऊ परविंदर. त्याची बायको श्रीमंत घराण्यातील म्हणून तिला फार गर्व होता. त्या घरात रूपिंदरला अगदी एखाद्या मोलकरणीसारखे वागविले जायचे. तिला आपले दुःख कुणाकडे मोकळे करण्याचीही सोय नव्हती; पण तिला सुमतीसारखी मैत्रीण भेटली आणि तिने तिच्याकडे मन मोकळे करायला सुरुवात केली.

आधी रूपिंदर आणि सुरिंदर ही दोघे अमेरिकेत राहणाऱ्या एका गृहस्थांच्या शेतात मजुरी करीत होते. तिथे त्यांचा छोटा उद्योगही होता. एका अनपेक्षित घटनेमुळे त्यांना तिथली सगळी संपत्ती गमवावी लागली आणि ते जालन्याला परतले.

मुन्नाचा जन्म अमेरिकेतच झाला. त्याच्या जन्मापासूनच त्याच्या तळपायावर तीळ होता म्हणे. अशी मुले ही अवलक्षणी. ही कुठेही गेली तरी तिथे नुकसान करणारी असतात, असे तिच्या सासूचे म्हणणे होते. त्यामुळे ती मुन्नाचा सारखा रागराग करी. मुन्नाच्या जन्माआधी उत्तम रीतीने चाललेला व्यवसाय त्याच्या जन्मानंतर अचानक बंद पडला, याला अवलक्षणी मुन्नाच कारण आहे, असे त्या परविंदरने सुरिंदरच्या डोक्यात भरविले. सुरिंदर कधीकधी दारू पिऊन घरात येई, तेव्हा तो त्या लहानग्या पोरावर किंचाळत असे.

"चांडाळा, तू कशाला जगलास? तुझ्यामुळं फार मोठं नुकसान झालं."

आपली सगळी हकीगत सांगून रूपिंदर रडत होती. नवरा नशेत असताना ती आपल्या मुलाला सुमतीच्या घरी आणून ठेवू लागली. ती सुमतीला सांगत असे, "सुमती, मी मुन्नाला बोलावून घेऊन जाईपर्यंत त्याला तुझ्याकडंच असू दे. आज त्याचं नशीब चांगलं नाही."

आणि ती निघून जायची. सुमतीला हे सगळे विचित्र वाटायचे. नीरजा जन्मली तेव्हा कृष्णरावांना सायकलीवरून पडून अपघात झाला होता. त्या वेळी कुणीतरी म्हटले, "पोरीचा पायगुणच तसला."

पण कृष्णराव लगेच म्हणाले होते, "ते सगळं खोटं. मीच बेजबाबदारपणे सायकल चालविली, तर त्याचा दोष दुसऱ्यांवर कशाला घालायचा? माझी मुलगी भाग्यवान आहे. माझा प्राण जाण्याऐवजी माझ्या पायावरच निभावलं, ते तिच्यामुळंच."

सुमतीने हे जेव्हा रूपिंदरला सांगितले, तेव्हा रूपिंदर अवाक् झाली.

एकदा जालन्यात मोठी जत्रा भरली होती. घर सोडून बाहेर पडणे रूपिंदरला शक्य नव्हते. त्यामुळे कृष्णराव, सुमती, नीरजा आणि मुन्ना असे चौघेजण मिळून जत्रेला गेले.

मुन्ना पहिल्यांदाच घराबाहेर पडत होता. नीरजाच्या तुलनेत तो खूपच लाजरा होता. त्याला घरची परिस्थितीही कारणीभूत असावी. आपण घराबाहेर पडलो तर आजी, काका, वडील ओरडतील किंवा त्यांना ते कमीपणाचे वाटेल, असे वाटत असल्यामुळे मुन्ना अधिकच लाजरा झाला असावा.

त्या दिवशी कृष्णरावांच्या बरोबर जाताना त्याला खूप आनंद झाला होता. कृष्णराव मुन्नावरसुद्धा नीरजाएवढेच प्रेम करीत होते.

तिथे एक स्टुडिओ होता. नीरजाचा एक फोटो काढून घ्यावा, असे सुमतीला वाटले. कृष्णराव म्हणाले, "सुमती, माझ्याजवळ पैसे थोडेच आहेत, फोटो कशाला?"

"एक नीरजाचा, एक मुन्नाचा आणि एक फोटो आपल्या सगळ्यांचा मिळून काढून घेऊया ना!"

"तसं नको सुमती. एक नीरजाचा, एक मुन्नाचा आणखी एक त्या दोघांचा असू दे. ती मोठी झाली, की कुठली एकमेकांना भेटायला?"

तीन फोटो काढायचे ठरले. स्टुडिओवाल्याने म्हटले, "तासाभराने या, फोटो देतो."

त्यांनी जत्रेच्या ठिकाणी फेरफटका मारला. मुलांना कृष्णरावांच्याकडेच सोडून सुमती स्टुडिओत आली, तेव्हा फोटोग्राफर त्या फोटोमागे आपल्या स्टुडिओचा शिक्का मारत होता. त्याच्यावर त्याने तारीखही घातली. सुमती म्हणाली, "अरे बाबा, फोटो लवकर दे, जायची घाई आहे. शिक्क्याची गरज नाही."

नीरजा आणि मुन्ना यांच्या फोटोवर तारीख आणि शिक्का मारून झालेला होता.

पण हाच शिक्का मुकेशच्या जीवनात एवढे वादळ उठवेल, असे कुणालाच वाटले नव्हते.

एक दिवस संध्याकाळी रूपिंदर खूप उदास दिसत होती. रडून रडून तिचे डोळे सुजले होते. घरातल्या अशा वातावरणात जगणे मोठे कठीण झाले होते.

सुमतीने चटई अंथरली आणि तिला बसायला सांगितले.

"सुमती, आम्ही आणखी पंधरा दिवसांत हे घर विकून अमृतसरला जाणार आहोत."

"का?"

"तिथं भागीदारीत धंदा करायचा म्हणतात. परविंदर पण तयार आहेत."

"तुझ्या सासूबाई काय म्हणतात?"

"हे सगळं त्या म्हातारीचंच डोकं. आपल्या वाट्याची सगळी संपत्ती द्यायला ती तयार आहे. तिनं एक अट घातली आहे."

"कसली अट?"

"अमृतसरला जाताना मुन्नाला घेऊन जायचं नाही. त्याचा पायगुण चांगला नाही. धंदा बुडेल असं वाटतं तिला."

"सुरिंदर काय म्हणतो?"

"आईचं म्हणणं ऐकणारा मुलगा तो. तसंच करायचं म्हणतोय."

"तिथं कुठं राहणार तुम्ही?"

"खालच्या बाजूला दुकान, माडीवर घर असं सगळं ठरवूनच टाकलंय त्यांनी."

रूपिंदर रडू लागली. सुमती तिच्या खांद्यावर हात ठेवीत म्हणाली,

"रूपिंदर, रडू नकोस. एक गाव सोडून दुसऱ्या गावाला जायचं म्हणजे फार कठीण असतं. या गावाच्या सवयी अंगात भिनलेल्या असतात. आमचं बघ, दर दोन वर्षांनी बदल्या होतात."

"सुमती, मी त्याच्यासाठी रडत नाही गं, मुन्नासाठी रडतेय. कुणीच माझं ऐकत नाही. मुन्नाचं काय करू? त्याला घेऊन यायचं असेल, तर तू येऊ नकोस, असं म्हणतात. लहान मुलगा किशन त्यांना चालतो, पण मुन्ना नाही."

संध्याकाळ गेली, रात्र झाली.

जुन्या रीतीरिवाजात वाढलेल्या सुमतीने संध्याकाळ होताच देवासमोर दिवा लावला.

"रूपिंदर, तुझ्या घरातले लोक फारच विचित्र दिसतात. एकदा कधीतरी व्यवसायात, धंद्यात खोट आली, तोटा झाला. नफा-तोटा व्हायचाच. त्याच्यासाठी मुलाला कशाला दोष द्यायचा? आणि तेवढ्या कारणासाठी मुलाला घरात ठेवून घेत नाही, असं म्हणणं चुकीचंच. मी तर असली माणसं बघितली नाहीत बाई."

"सुमती, तुम्ही वेगळी माणसं आहात. माझी सासू अंधश्रद्धाळू आहे. तुमच्याकडं बघितलं, की मला सारखं वाटतं, की तुमच्या घरात वाढणारी मुलं फार भाग्यवान आहेत."

एक-दोन दिवस असेच गेले. परिस्थिती बिघडत चालली होती. रूपिंदर दिवसेंदिवस उदास होत होती.

"रूपिंदर, तू मुन्नाचा काय विचार केलास?"

"माझ्या हातात काही नाही. भटिंडाजवळ माझा मोठा भाऊ आहे. जमिनीचा एक तुकडा आहे. मुन्नाला त्याच्याजवळ ठेवायचं म्हणतात."

"तुला काय वाटतं?"

"मला तर ते अजिबात पटत नाही. माझी भावजय फार कजाग आहे. भावाला सहा मुलं आहेत. मुन्ना त्यांच्याबरोबर लहानाचा मोठा होईल आणि शेतात मजुरी करण्याची त्याच्यावर वेळ येईल."

"तू कबूल झाली नाहीस तर?"

"नाहीतर जालंधरजवळ एक अनाथाश्रम आहे म्हणे. आपल्या मुलांना

सांभाळणं आईवडिलांना जमत नसेल, तर मुलांना तिथं ठेवता येतं म्हणे. माझी जाऊ सासूबाईंना आणि सुरिंदरला सांगत होती."

रूपिंदर जोरजोरात रडू लागली.

तिला माहेर नव्हते, तिच्याजवळ पैसा नव्हता, शक्ती नव्हती, अधिकार नव्हता, नवऱ्याचेही प्रेम नव्हते, फक्त सुमतीचाच काय तो आधार होता.

–पण तेवढ्याने काय साध्य झाले असते?

फाटक्या चटईवर मुन्ना आणि नीरू दोघे झोपले होते. रूपिंदरची घरी परतायची वेळ झाली. ती मुन्नाला उचलून घेऊन जाऊ लागली.

सुमतीने तिला थांबविले. ती म्हणाली, "असू दे गं, अजून किती दिवस आमच्या घरी राहणार आहे तो? आज त्याला नीरूबरोबर इथंच झोपू दे."

रूपिंदर निघून गेली.

•

रात्री जेवण झाल्यानंतर सुमतीने नवऱ्याकडे मनातला विषय काढला.

ती म्हणाली, "हे बघा, मला तरी यानंतर मूल होणार नाही. नीरू एकटीच राहिली तर ती पुढे स्वार्थी होईल."

"त्याला काय करू शकतो आपण? परिस्थितीच तशी आहे."

"एकच उपाय म्हणजे आपण एक मुलगा घ्यायचा."

"मुलाला आणि तेही दुसऱ्यांच्या मुलाला लहानाचा मोठा करणं म्हणजे सोपं आहे का? आणि असा काय मोठा पगार आहे मला?"

"हे बघा, गरिबांना काय मुलं होत नाहीत का? मनात असेल तर मार्ग निघतोच."

"ठीक आहे; पण आता मुलगा कुठून आणायचा? माझ्या मोठ्या बहिणीच्या लहान मुलाला विचारावं; पण त्याला ते कबूल होतात की नाही, माहीत नाही."

"तुमच्या बहिणीचा मुलगा तर अजिबात नको."

"ठीक आहे. तुझ्या माहेरी कुणाकडे चौकशी करशील का?"

"माझ्या माहेरचं पण कुणी नको."

"मग अनाथाश्रमातून आणावा लागेल." कृष्णरावांनी चेष्टा केली.

याच संधीची वाट पाहत असलेल्या सुमतीने रूपिंदरची सगळी हकीगत, तिचे दुःख कृष्णरावांना सांगितले. ती म्हणाली, "तुम्ही ठरवलंत आणि रूपिंदर कबूल झाली, तर आपण मुन्नाचा सांभाळ करूया का?"

बायकोच्या खुळचट विचारांनी कृष्णरावांना हसू आले.

"हे बघ, ते तेवढं सोपं नसतं. तुला आज वाईट वाटत असेल; पण पुढंही तुझा स्वभाव असाच राहील याची खात्री काय?"

"हे बघा, मला यानंतर मुलं होणार नाहीत. शिवाय आपल्याला एकच मूल आहे. म्हणूनच मी सांगते, की माझ्या स्वभावात अजिबात बदल होणार नाही."

"ही जबाबदारी फार मोठी असते. उद्या त्यांच्या धंद्याला हातभार लावण्यासाठी आणखी दोन हात पाहिजे झाले, तर मुन्ना मोठा झाल्यावर ते नक्कीच त्याला बोलावून घेऊन जातील."

"तसं असतं तर ते मुलाला सोडून निघाले नसते."

"हे बघ, शेवटी आईचं अंत:करण ते. आपल्या मुलाला बघावंसं वाटून रूपिंदर सारखी येऊ लागली, तर काय करशील?"

"ती येणार नाही."

सुमतीच्या नकळत मुन्ना तिच्या मनात भरून गेला होता. आपल्या बोबड्या बोलांनी मुन्नाने तिला वेड लावले होते.

कुठेतरी मजूर म्हणून राबण्यापेक्षा आपल्याच घरात त्या मुलाने मोठे व्हावे म्हणजे त्याला प्रेम, आपुलकीही मिळेल, असे सुमतीला वाटले.

उगाचच कुणाच्या तरी मुलाला उचलून घेऊन येण्यापेक्षा आपल्या माहितीतल्या, लळा लावलेल्या त्या मुलाला ठेवून घ्यावे, असे तिला वाटले.

श्रीकृष्णाने देवकीच्या पोटी जन्म घेतला असला, तरी तो नेहमी यशोदेकडेच असायचा. उद्या आपण दोघेही नसताना नीरूला एक भाऊ तरी मिळेल, असाही विचार सुमतीच्या मनात आला.

काहीही झाले तरी मुन्नाला घरी ठेवून घ्यायचेच, असे तिने ठरविले.

आपल्या सासूला हे कळले तर? सोवळ्या-ओवळ्याचे वेड असलेल्या सासूबाईंनी मुन्नाच्या डोक्यात काहीतरी भरून दिलं तर? सबंध रात्र विचार करत असलेली सुमती अस्वस्थ झाली.

●

पहाटे चार वाजताची एक्स्प्रेस धडाडत आली. सुमती जागी झाली. तिची अस्वस्थता, बेचैनी बघून कृष्णराव उठले. प्रेमाने सुमतीच्या खांद्यावर हात ठेवीत ते म्हणाले, "रूपिंदर जर कबूल झाली तर आपण मुन्नाला घरी ठेवून घेऊ. मी तुझ्याबरोबर आहे. काहीही झालं तरी आपण दोघं त्याला सामोरे जाऊ."

सुमतीच्या डोळ्यांतून आनंदाश्रू वाहू लागले; पण या गोष्टीला रूपिंदर तयार होईल की नाही, याबद्दल सुमतीच्या मनात शंका होती.

विषय कसा काढावा?

रूपिंदरची मानसिक बेचैनी वाढतच होती.

मुन्ना आणि नीरू निरागसपणे अंगणात एकमेकांच्या अंगावर पाणी शिंपडत खेळत होती.

"सुमती, येत्या रविवारी आम्ही जात आहोत.''

"मुन्नाचं काय केलंस?''

"जालंधरमधल्या अनाथाश्रमात ठेवायचं म्हणतात.''

कारण नसताना मुलाला सोडून राहायचे म्हणून तिला रडू आले.

"रूपिंदर, तू गैरसमज करून घेणार नसलीस तर एक विचारते. तुझा मुन्ना मला देशील का?''

रूपिंदरचा चेहरा सुपाएवढा झाला. डोळे चमकले.

"खरंच?''

आश्चर्य-दु:खमिश्रित भावनेने तिने सुमतीचे हात धरले.

"पण...''

"पण... काय?''

"तू किंवा सुरिंदरनं इथं येऊन पुन्हा मुलगा मागायचा नाही.''

"अजिबात मागणार नाही.''

रूपिंदरने ठामपणाने सांगितले.

"पण, मी तुझ्या सांगण्यावर कसा विश्वास ठेवू?''

"सुमती, वाहे गुरूची शपथ घेऊन सांगते, मी मुलगा परत मागणार नाही.''

"रूपिंदर, तुला मुन्नाची आठवण झाल्यानं तू वरचेवर यायला लागलीस अन् त्याला संशय आला तर?''

"सुमती, अंत:करणावर दगड ठेवून मी सांगते, माझ्या येण्यामुळं मुन्नाला त्रास होत असेल तर मी खरंच येणार नाही.''

"रूपिंदर, तुमच्या घरातल्या सगळ्यांना एकदा शेवटचं विचारून घे. त्यांची कबुली असेल, तर मी माझ्या प्राणांपेक्षा अधिक मुन्नाचा सांभाळ करेन.''

"सुमती, माझी एक अट आहे. तू कोणत्याही कारणासाठी त्याला दुखवता कामा नये. त्याची जात वेगळी, भाषा वेगळी, त्यातून तुला पुढं मूल झालं तर...''

"ते शक्य नाही. माझं गर्भाशय काढून टाकलंय.''

"सुमती, त्याला भरपूर शिकव. त्याच्यावर चांगले संस्कार कर. मी शिकलेली असते तर मुन्नावर आज ही वेळ आली नसती. मी परदेशात काम करीत असतानाही त्याला सांभाळलं; पण आता माझी परिस्थिती बघ. मी माझ्याच

मुलाला सांभाळू शकत नाही.''

सुमतीने तिच्या खांद्यावर हात ठेवला. रूपिंदरच्या मनातल्या वेदना तिला जाणवत होत्या.

''सुमती, तू कुठल्यातरी जन्मातली माझी बहीण आहेस की काय कुणास ठाऊक. तू माझ्या मुलाला घेतलंस. देवावर माझा विश्वास आहे. तुझ्या घरात तो नक्कीच सुखासमाधानानं राहील.''

''रूपिंदर, माझ्या यजमानांनी येऊन सांगितलं पाहिजे काय?''

''नको बाई, या लोकांच्याबरोबर तर अजिबात नको. तुला यांच्या स्वभावाची कल्पना नाही. ते त्याचा वेगळाच अर्थ लावतील.''

''रूपिंदर, मी तुला पुन्हा सांगते. मुन्ना माझ्या पोटी जन्माला आला नाही म्हणून काय झालं? कोणताही भेदभाव न करता त्यालाही नीरूसारखीच सांभाळेन.''

रूपिंदर गप्प होती. तिच्या मनात आठवणींची गर्दी झाली होती.

''तुझ्या नवऱ्यानं संमती दिली आहे ना?''

''त्यांनी होकार दिल्यावरच मी तुला विचारलं.''

नेहमीप्रमाणे झोपलेल्या मुन्नाला उचलून घरी घेऊन जाताना रूपिंदर म्हणाली,

''सुमती, तुम्ही खूप चांगली माणसं आहात. तो वाहे गुरू तुम्हाला आयुरारोग्य, ऐश्वर्य देऊ दे.''

●

रूपिंदरचा जाण्याचा दिवस आला. रूपिंदर आज किशनला घरी सोडून मुन्नाला घेऊन आली होती.

मुन्नाला नवीन कपडे घातले होते. त्याच्या हातात खाऊचा पुडा आणि खेळणी होती.

मुन्ना आईच्या कडेवरून उतरून खेळू लागला.

''सुमती, माझी-तुझी ही भेट शेवटचीच ना गं? त्या गुरूला साक्ष ठेवून मी माझ्या मुन्नाला तुझ्या पदरात टाकते आहे. मी करीत आहे, ते बरोबर की चूक, माहीत नाही. दुष्ट सासू, वाईट नवरा, बिनडोक दीर आणि कुचक्या स्वभावाची जाऊ यांच्या राज्यात मुन्नाला कसलेच भवितव्य नाही. तुझ्या घरी तो सुखानं वाढू दे.''

रूपिंदरने आपल्या गळ्यातली साखळी आणि पदक काढले आणि ते मुन्नाच्या गळ्यात घातले.

''सुमती, हे माझ्या आईनं मरताना मला दिलं होतं. इतकी वर्षं मी राबले;

पण ही एवढीच माझी कमाई, ती मी मुन्नाला देते. त्याच्याबरोबर राहण्याचं माझ्या नशिबात नाही. साखळीच्या रूपात तरी मी त्याच्याबरोबर राहते.''

''रूपिंदर, मुन्नाची जन्मतारीख किती?''

''एक जानेवारी एकोणीसशे अडुसष्ट; पण मी मात्र बुद्ध-पौर्णिमेलाच त्याचा वाढदिवस साजरा करते. त्या दिवशी गुरूनं त्याला मोठ्या अपघातातून वाचवलं. सुमती, तू दर बुद्धपौर्णिमेला न विसरता गरिबांना काहीतरी दान कर. त्याचा वाढदिवस साजरा कर.''

डोळे पुसत मागे वळून न पाहता रूपिंदर निघून गेली.

•

सुमतीचे सगळे सांगून संपले, तेव्हा मध्यरात्र उलटून गेली होती. मनाने ती पंचवीस वर्षे मागे गेली होती.

सुमती एकदम थकल्यासारखी दिसू लागली. तिने आतापर्यंत जपून ठेवलेले गुपित उघडे पडले होते.

''मुन्ना, देवाची शपथ घेऊन सांगते, आज मी सगळं खरं ते सांगितलंय. तुझ्यापासून लपवून ठेवण्यासारखं काहीही नाही.''

मुकेशने आईच्या मांडीवर डोके ठेवले. आई खोटे बोलली असेल; पण ते खोटे तिच्यासाठी नव्हते. मुलगा गमावला जाईल, या काळजीने बोललेले खोटे आहे ते. आईला– रूपिंदरला– तिने शब्द दिला, त्याप्रमाणे तिने आपल्या प्राणांपलीकडे आपल्याला जपले, वाढविले, प्रेम दिले. मुकेश मनातल्या मनात अम्माबद्दल कृतज्ञता व्यक्त करीत होता.

मुकेशच्या इच्छेप्रमाणेच त्यांनी त्याला वाढविले. शिक्षण, लग्न, नोकरी हे सगळे त्याच्या इच्छेप्रमाणेच झाले. आई-वडिलांनी त्याच्या मनाविरुद्ध काहीही केले नाही.

आपल्या पोटच्या पोराला तरी आईवडील इतके प्रेम देत असतील की नाही, कुणास ठाऊक!

''अम्मा, तू आणि बाबा ग्रेट हं. तुम्ही नसता तर आज भटिंड्यात, मी एखाद्या मजुरासारखं जीवन जगत राहिलो असतो.''

मुकेश म्हणाला, ''अम्मा, माझ्याबद्दल बाबांना काय वाटत होतं गं?''

''मुन्ना, तू आमच्या नशिबाचा (भाग्य) तारा आहेस.''

''म्हणजे काय गं अम्मा?''

५

रूपिंदर पंजाबला गेली. त्याच्या पुढच्या आठवड्यातच कृष्णरावांची बदली दिल्लीला झाली. एका आठवड्यातच ते दिल्लीला आले.

सुरुवातीला रूपिंदरची आठवण काढीत मुन्ना 'माँ कुठे आहे' म्हणून विचारायचा. नव्या जागेत आल्यावर, सुमतीची सवय झाल्यावर नव्या वातावरणाशी त्याने लवकरच जमवून घेतले.

दिल्ली हे मोठे शहर. तिथे कुणाचा कुणाला पत्ता नसतो. यांना रेल्वे कॉलनीत घर मिळाले नाही; पण ऑफिसपासून बऱ्याच दूर अंतरावर एक घर मिळाले.

कृष्णराव सायकलीवरूनच ये-जा करायचे. सकाळी ऑफिसला गेले की एकदम रात्रीच यायचे.

वाढत्या किमती, मोठे शहर, दोन लहान मुले, दिल्लीतला त्यांचा संसार, लहानशा पगारात सगळे सांभाळणे त्यांना कठीण जाऊ लागले.

–पण सुमती डगमगली नाही. ती समाधानात होती. मुन्ना आणि नीरू यांची गट्टी जमली होती. दोन वेळ जेवायला मिळाले, की ती मुले आपापसांत खेळत असायची.

कुणीही त्यांना विचारले, 'तुम्हाला किती मुलं?' तर ते सांगायचे, 'दोन– एक मुलगा, एक मुलगी.'

मुन्ना हा आपल्या कुटुंबाचा अधिकृत सदस्य व्हावा, ही तिची इच्छा होती.

सुमती कृष्णरावांना म्हणाली, ''तुम्ही घरी पत्र लिहा. सुमतीला तिसरा महिना चालू आहे. तिचं बाळंतपण इथंच होईल. तिथं यायला होणार नाही, असं कळवा.''

तिला घरी बोलावणारंही कुणीच नव्हतं.

कृष्णराव म्हणाले, ''आणखी एकदा विचार कर. आपण मुन्नाला मानलेला मुलगा म्हणूनच वाढवूया. त्यात काहीच गैर नाही.''

"मी तसं अजिबात करणार नाही. सगळेजण मुलाच्या डोक्यात काहीतरी भरवतील. मग मी कितीही चांगली वागले, तरी मुन्नाला त्यात काहीतरी वेडंवाकडं दिसणारच.''

कुणिगल किंवा बंगलोरहून दिल्लीला येणारे नातेवाईक कुणीच नव्हते. त्यामुळे सुमती निर्धास्त होती; पण हे खोटे सांगताना कृष्णराव अडखळले.

सुमती म्हणाली, ''तुम्हाला तसं लिहिणं जमत नसेल, तर मी लिहिते आणि यानंतर तीन-चार वर्षं आपण आपल्या गावाकडं जायचं नाही.''

तिने आपले ठाम मत सांगितले.

''तुला जसं वाटतं तसं कर.''

सुमतीने तसेच केले. त्यानंतर सहा महिन्यांनी तिने आपल्याला मुलगा झाल्याची बातमी घरी कळविली.

कृष्णरावांची आई सुंदरम्मा हिने खूप उत्साहाने कुंडली लिहायला लावली. कुणिगलच्या श्रीनिवास शास्त्र्यांचा नातू, कृष्ण-सुमती यांचा मुलगा, नीरजाचा भाऊ म्हणून मुन्नाचा पुन्हा एकदा जन्म झाला!

दिल्लीला कुणीच आले नाही.

सुंदरम्माचे अचानकपणे निधन झाले.

क्रियाकर्मासाठी कृष्णरावांनाच जावे लागले. मुले लहान असल्यामुळे सुमती येऊ शकणार नाही, याची सगळ्यांनाच कल्पना होती. गावाकडे असलेले एक नाते विरघळून गेले.

प्रेमाच्या, मायेच्या छायेत मुन्ना हळूहळू वाढू लागला, मोठा होऊ लागला.

●

लग्न व्हायच्या आधी, सुमती शिवणकाम करून पैसे कमावीत होती; पण अलीकडे ते काम तिने सोडले होते; पण पुन्हा शिवणकाम करावे असे तिला वाटू लागले होते.

कृष्णरावांच्या पगारात घर चालेनासे झाले. मग शिवणयंत्र कुठून आणतील?

सुमती एक दिवस कृष्णरावांना म्हणाली, ''माझ्या मंगळसूत्रातल्या वाट्या सोडल्या, तर मला कोणतेच अलंकार नाहीत; पण मुन्नाच्या गळ्यात सोनसाखळी आहे ना ती गहाण ठेवून त्या पैशातून तुम्ही शिवणयंत्र घेऊन या.''

''हे बघ, ती मुन्नाच्या हक्काची आहे. आपण त्या वस्तूला हात लावायचा नाही.''

कितीही वाईट परिस्थिती आली, तरी कृष्णराव दुसऱ्यांच्या वस्तूला हात लावीत नव्हते.

"मी काही सोनसाखळी विकायला सांगितलं नाही, गहाण ठेवा म्हटलं. मागाहून ती सोडवून घेता येते.''

"ते जमलं नाही तर?''

"का जमणार नाही? मी दिवसभर श्रम करून पैसा मिळवेन. मला विश्वास आहे.''

तसे बघितले, तर सुमती कृष्णरावांपेक्षा धीराची.

कृष्णरावांनी ती सोनसाखळी नेली. ती साखळी बघून शेटजींच्या तोंडाला पाणी सुटले. तो म्हणाला,

"हे जुन्या काळचं सोनं आहे. दहा हजार देतो. विकून टाका.''

"नाही शेटजी, ही सोनसाखळी वडीलधाऱ्यांची आहे. तीन हजार रुपयांना गहाण ठेवून घ्या.''

अशा पद्धतीने त्यांनी आधी शिवणयंत्र खरेदी केले. कृष्णराव आणि सुमती यांनी मुन्नाकडून पूजा करविली.

दिवस-रात्र खपून सुमती कपडे शिवू लागली. कृष्णरावांनी वर्षअखेर ती सोनसाखळी सोडवून आणली. त्या वेळी तिला जो आनंद झाला, तसा पुन्हा तिला कधीच आनंद झाला नाही.

सुमतीचे काम शिस्तीत असायचे. दोन वर्षांत तिच्याकडे आणखी एक मशीन आले.

दोन-तीन वेळा ती सोनसाखळी शेटजींकडे गहाण पडली आणि सुमतीच्या घरात एम्ब्रॉयडरीचेही मशीन आले.

या दरम्यानच्या काळात सुमतीने घर बदलले. मुन्ना आणि नीरू आता मोठे झाले होते. आईला कोणताच त्रास देत नव्हते. सुमतीने घरात एक नोकरही ठेवला होता. मुन्नाच्या सोनसाखळीने सुमतीच्या जीवनाची दिशाच बदलून टाकली.

कठोर परिश्रम करणाऱ्यांना देवसुद्धा मदत करतो म्हणतात, ते खोटे नाही.

ह्या खेपेला तिचे नशीब पावसाच्या रूपात आले.

त्या वर्षी दिल्लीत खूप पाऊस झाला आणि सगळी रेल्वेलाईन अस्ताव्यस्त झाली.

कृष्णरावही आता बढती मिळवून 'कमर्शिअल गुड्स क्लार्क' झाले होते. त्यामुळे त्यांची व्यापाऱ्यांशी, दलालांशी जवळून ओळख झाली होती.

दिल्लीतल्या लाजपत नगरात असलेले 'विभावरी गार्मेंट्स' हे प्रसिद्ध दुकान. दिल्लीच्या आजूबाजूचे लोक आपण तयार केलेली वस्त्रप्रावरणे यांच्याकडेच पाठवीत असत. 'विभावरी गार्मेंट'वाले त्या वस्त्रप्रावरणांवर आपला दर लावून

आपल्या कंपनीचे लेबल लावून विकत असत. त्यांची स्वत:ची फॅक्टरीसुद्धा नव्हती.

त्यांचा कारकून केशवलाल हा फार हुषार. कुठल्या झाडावरचे फळ कसे आणि केव्हा पाडायचे, हे त्याला चांगले माहीत होते.

कृष्णरावांचा बॉस बन्सीलाल आणि केशवलाल यांची घनिष्ठ मैत्री होती. त्यांच्या कंपनीचा माल आला, की बन्सीलाल आपणहून फोन करायचा. केशवलाल येऊन तो माल घेऊन जाताना भरपूर मोबदलाही देऊन जायचा.

कृष्णरावांनी या प्रकाराकडे जाणूनबुजून दुर्लक्ष केले होते.

त्या दिवशी भर पावसात विभावरी गार्मेंट्सचे कपडे आले होते. सगळ्या पेट्या उतरवून झाल्या होत्या. त्या दिवशी बन्सीलाल गावात नव्हता.

पावसाने थैमान घातले होते. पावसाचे पाणी स्टेशनमध्ये वर चढू लागले. सगळा माल वाया जाण्याची चिन्हे दिसत होती. एकच मार्ग होता–

सर्व पेट्या उचलून तिथून जवळच्या शाळेत घेऊन जायच्या. साधारणत: एक कि.मी. अंतर होते. स्टेशनवर ना हमाल ना कोणी. अक्षरश: चिटपाखरू नव्हते.

कृष्णरावांनी कोणताही विचार न करता सर्व १५च्या १५ पेट्या एकेक करीत शाळेत नेऊन सुखरूप ठेवल्या.

कोणी केले असते का असे?

काय आवश्यकता होती त्यांना एवढे चांगले वागायची?

–पण एखाद्या माणसाचे डोळ्यांसमोर होणारे नुकसान ते बघू शकत नव्हते. केशवलालना कळल्यावर ते तर भारावूनच गेले.

त्यांनी कृष्णरावांची घरी भेट घेतली.

''तुमच्यामुळं मी दिवाळं निघण्यापासून वाचलो. ५० हजाराचा माल तुम्ही वाचवलात. एक विनंती आहे. मी गार्मेंट एक्स्पोर्टचा धंदा सुरू करतोय. तुम्ही भागीदार म्हणून या उद्या.''

''सांगतो.'' कृष्णराव म्हणाले.

रात्रभर त्यांच्या डोक्यात विचारांचे थैमान चालू होते.

शेवटी नशिबाची परीक्षा पाहायचं त्यांनी ठरविलं.

त्यांच्या नवीन आयुष्याला सुरुवात झाली.

सचोटी, अविश्रांत कष्ट करण्याची तयारी अन् बलवत्तर नशीब यामुळे कृष्णरावांचा धंदा प्रचंड तेजीत चालू लागला. धंद्याच्या या उभारणीच्या काळात सुमतीच्या कपडे शिवण्याच्या उद्योगाने मोठा हातभार लावला. सगळं कुटुंब या

उद्योगावरच तरलं.

मुकेशच्या सोनसाखळीचाच पायगुण!

केशवलाल यांच्याच आग्रहामुळे पुढे कृष्णरावांनी भागीदारी बंद करून 'मुकेश गार्मेंट्स' या नावाने त्याला वेगळं स्वरूप दिलं. कृष्णरावांचे रावसाहेब झाले.

●

कृष्णरावसाहेबांचा धंदा आता अधिकच तेजीत चालला होता. ते गार्मेंट्सची निर्यात तर करतच होते. तसेच बेंगलोरमध्ये त्यांनी एक फॅक्टरी काढलेली होती आणि ते कर्नाटकातच स्थायिक झाले होते.

दिल्लीतला धंदाही पूर्वीसारखाच चालला होता.

हीच मुकेशची जीवनकहाणी.

●

मुकेशला वडिलांच्या 'मृत्युपत्रा'चा अर्थ आता समजला.

'कोणत्याही कारणामुळे सतीश हा मुन्नाला रावसाहेबांचा सख्खा मुलगा मानायला तयार नव्हता. दत्तक मुलगा पण नाही, हे त्याला कळले असते, तर या संपत्तीतला एक पैसाही त्याला मिळाला नसता.

'ज्या मुलाच्या सोनसाखळीमुळे आपण एवढी संपत्ती मिळविली, तो मुलगाच या संपत्तीचा वारसदार असायला हवा. आपण राबलो असू; पण सर्व पैशावर आपला हक्क नाही. आपल्या कठीण परिश्रमाचा मोबदला म्हणून यातला थोडा पैसा घ्यायला हरकत नाही; पण तोही सुमतीसाठीच; कारण सुमती हीच या कंपनीची मालकीण आहे. त्यामुळे ऐंशी टक्के मुकेशला, पंधरा टक्के सुमतीला आणि राहिलेले सगळे नीरजा आणि दानधर्मासाठी द्यावेत, असे रावसाहेबांनी ठरविले होते.

'कोणत्याही वकिलाकडे रावसाहेबांसारखी न्यायबुद्धी असणे शक्य नव्हते. त्यांचे शिक्षणही तसे फारसे झाले नव्हते; पण शिक्षण आणि न्यायबुद्धी यांचा संबंध नसतो, याला त्यांचेच उदाहरण पुरेसे होते.

'त्यांनी ठरविले असते तर ही सगळी संपत्ती त्यांनी नीरूच्या नावाने लिहून ठेवली असती; पण त्यांनी तसे केले नाही. संपत्तीच्या बाबतीतही ते विचारीपणाने वागले. त्यांनी आपल्या मुलावर खूप प्रेम केले होते.

'कोणतेही वडील आपल्या मुलाला देणार नाहीत, एवढे प्रेम त्यांनी आपल्या

मुलाला दिले. मुकेशला मोठा करताना सुमतीच्या मनाचा मोठेपणा तितकाच महत्त्वाचा होता. दुसऱ्यांच्या मुलाला घरी आणून त्याच्या कल्याणासाठी ती झटली. त्यात रावसाहेबांचा वाटाही मोठा होता. एकदा त्याला आपला मुलगा म्हणून मानल्यावर वडिलांच्या जागी राहून त्यांनी त्याच्याबद्दलची सगळी कर्तव्ये आनंदाने पार पाडली. मुकेशला पोटच्या पोरासारखे सांभाळले.'

मुकेश अंतर्मुख होऊन विचार करीत होता. कसाही विचार केला तरी त्यांचे मोठेपण कमी होत नव्हते.

''बाबा, तुम्ही नक्कीच स्वर्गात असणार. तुम्ही मला एवढं सगळं दिलंत. मी तुम्हाला काय देऊ? कृतज्ञतेचे अश्रू तेवढे मी तुम्हाला देऊ शकेन.''

त्याच्या डोळ्यांसमोर अम्मा *(आई)* उभी राहिली. 'किती खोटं सांगितलं तिनं? पण कुणासाठी? फक्त आपल्यासाठी, आपल्या मानसिक आरोग्यासाठी. आमच्या देशात जात, पात, पंथ असा गोंधळ आहे. मानलेल्या मुलाला समाजात सन्मान मिळत नाही, हे ओळखून अम्मानं तसं केलं. आता तिचे राठ हात आठवले की तिनं आपल्यासाठी काढलेल्या खस्ता आठवतात.

'तिची पाठ दुखत असताना, तिनं आपल्या तरुणपणात शिवणयंत्रासमोर बसून दिवसरात्र राबल्याचं आठवतं.

'आपल्याला कुणी 'अनाथ' म्हणू नये, म्हणून तिनं काय काय केलं? यामुळे तिला काहीच लाभ झाला नाही. लाभ झाला तो आपल्याला.'

नीरूची आठवण उफाळून आली. लहान असताना तो तिच्या खोड्या काढायचा. तिला त्रास द्यायचा, सुमती त्याला म्हणायची, 'ताई म्हण', तर हा तिला 'नीरू' म्हणून हाक मारून तिची चेष्टा करायचा.

शाळेला जाताना अम्मा नीरजाला आणि मुन्नाला वेगवेगळ्या डब्यांत खाऊ द्यायची. त्याला गोड खूप आवडायचे. नीरू आपल्या वाटणीचे गोड त्यालाच देत असे.

त्या भावंडांचे प्रेम बघून वासंती एकदा म्हणाली, 'आम्ही बहिणीभावंडं एवढ्या प्रेमानं वागत नाही, बाई.' तेव्हा तर नीरूला त्यांच्या या प्रेमाचे महत्त्व अधिकच वाटू लागले होते.

मुन्ना घरात नसला की तिला खूप कंटाळा येई; पण लग्नानंतर सतीश नीरूला बाणासारखा वापरू लागला. अगदी धूर्तपणाने तो तिच्यामार्फत सगळी कामे करून घ्यायचा.

मुकेशचा हात सहजपणे त्याच्या गळ्यातल्या सोनसाखळीकडे गेला. त्याला

एका घटनेची आठवण झाली.

कॉलेजात असताना त्याने आपली सोनसाखळी आपल्या मित्राच्या घरी काढून ठेवली होती, ती तो विसरूनच गेला होता.

कुठल्यातरी गरीब ब्राह्मणांच्या सामूहिक विवाहाच्या वेळी सुमतीने पाच तोळे सोने देण्याचे कबूल केले होते. ती रावसाहेबांना तसे सांगत असताना मुकेश मनातल्या मनात हसला.

"अम्मा, सोनं कशाला देतेस? त्याच्याऐवजी पैसेच दिले तर चालत नाही का?"

तेवढ्यात जेवणाची वेळ झाली. घरात स्वयंपाकी असले तरी सुमती आपल्या मुलांना स्वतःच जेवायला वाढत होती.

जेवायला वाढत असताना तिचे लक्ष मुकेशच्या मोकळ्या गळ्याकडे गेले. ती घाबरली. तिचा चेहरा पांढराफटक पडला.

खरे म्हणजे सुमती तशी घाबरट नव्हती.

"मुन्ना, गळ्यातली सोनसाखळी कुठंय?"

"राकेशच्या घरी विसरून आलो."

"मुन्ना, जेवण अर्ध्यावरच सोड आणि त्याच्या घरी चल. मीपण येते बरोबर. ती साखळी आत्ताच घेऊन येऊया."

"अम्मा, रिलॅक्स, तू असं काय करतेस? सोनसाखळी कुठंही जात नाही. त्यांच्या घरातल्या टेबलावर ठेवलीय मी."

"मुन्नू, आधी ऊठ. कुणीतरी नेली तर? ती सोनसाखळी हरवली तर?"

"अम्मा, तू इतकी का घाबरतेस? ती हरवलीच तर मी कुणाला तरी दान केली असं समजेन."

"मुन्ना, प्लीज तसं करू नकोस. आत्ताच्या आत्ता राकेशला फोन कर आणि ती काढून ठेवायला सांग. आपण जाऊन घेऊन येऊ."

अम्माच्या या विचित्र वागण्याचे कोडे मुन्नाला त्या वेळी उलगडले नाही.

अम्माच्या सांगण्याप्रमाणे त्याने रातोरात राकेशच्या घरी जाऊन ती सोनसाखळी आणली. घरी आल्यावर तो रागाने आईला म्हणाला, "अम्मा, राकेश मला बघून हसला. 'रावसाहेबांचा मुलगा होऊन तू एका साखळीसाठी एवढ्या रात्री आलास का?' म्हणाला. ही साखळी मला नको. तूच ठेवून घे."

"मुन्ना, तसं नव्हे बाबा. हा देवाचा प्रसाद आहे. तू ही साखळी नेहमी घातलेली बरी." सुमतीने त्याची समजूत काढीत त्याला सांगितले.

हे सगळे आता आठवू लागले तेव्हा त्याला त्या वेळी अम्माला तेवढा राग

का आला होता, हे कळले. हजार तोळ्यांची सोनसाखळी आणि आपली सोनसाखळी यात अंतर आहे. ही नुसती साखळी नाही. जन्मदात्या आईने नाईलाज झाला म्हणून दुसऱ्यांच्या हातात आपल्याला सोपविले, तेव्हा दिलेली ही भेट आहे. त्या वेळी काय सांगितले होते?

"मी या सोनसाखळीच्या रूपात त्याच्याजवळ असेन."

ही सोनसाखळी म्हणजे आपली जन्मदात्री आईच.

आपल्याला दुसऱ्यांच्या हातात सोपविताना तिला केवढ्या यातना झाल्या असतील? आई आपल्या मुलांना कोणत्याही परिस्थितीत स्वत:पासून टाकून जात नसते; पण हिच्यावर तशी परिस्थिती का आली असावी?

मुकेशला माकडाची गोष्ट आठवली. आपण मरणार असे वाटताच त्या माकडाच्या आईने आपल्या पिल्लाला खाली ठेवून त्याच्या डोक्यावर बसणे पसंत केले.

आपले असेच झाले असेल का? त्या वेळी तिने अम्माला काय विचारले असेल? अम्माजवळ काय मागितले असेल?

"माझ्या मुलाला भरपूर शिकव."

■

६

मुकेश पडल्या पडल्या विचार करीत होता. 'माझ्यावर झालेल्या आघातामुळे मला कुणाशीच बोलू नये असं वाटतं. माझ्या अंत:करणात वादळ उठलंय. माझ्या जन्माचं रहस्य असं उघडं पडल्यामुळे मी काहीतरी गमावलंय असं वाटतंय.

'माझ्या मनातलं वादळ अम्माला कळलंय. त्यामुळे ती मला एकांतातच राहू देते.

'मी कोण? कुठल्यातरी कुटुंबात जन्माला येऊन त्या कुटुंबाला नकोसा होऊन यांच्या कुटुंबात आलो. यांनी माझा पोटच्या पोरापेक्षा जास्त सांभाळ केला, तरीही मी या घरातला झालो नाही. मी परकाच राहिलो. दुसऱ्यांच्या दयेवर मी या घरात जगलो. माझ्या हक्कानं मी जगलो नाही.

'ही भावना माझ्या मनात रुजलीय आणि मला सगळ्या गोष्टींचा नव्याने अर्थ लागलाय. हे घर, ही खोली, ही गाडी या सगळ्या गोष्टी याआधी माझ्या होत्या. माझ्या जगण्यात सहजपणा होता. सत्य कळलं आणि मी दिशाहीन झालो. निराशा, असहायता, व्यक्तही न करता येण्यासारखा राग. हे सगळं मी कुणासमोर सांगू?'

मुकेश विचार करकरून थकला.

त्याला लगेच वासंतीची आठवण झाली.

ती आपली जीवनसाथी आहे ना? ही हकीगत तिला तर लगेच सांगितली पाहिजे. या आघाताला ती कशी सामोरी जाईल, माहीत नाही.

वासंती आता घरी परतली होती. तिला त्याने फोन लावला.

''काय, कसे आहात? तुमची काहीच बातमी नाही.''

''कसली बातमी सांगायची, बाई?'' मुकेश थांबला. ''असाच आहे.''

''तुम्हीच असे निराश झालात, तर नीरू आणि अम्मांनी काय करायचं? घरातला कर्ता मुलगा आहात, धीरानं घ्या.''

कुठलं घर? कुणाचा मुलगा? वासंतीबरोबर फोनवर बोलताना तिला सगळे सांगण्याचे धैर्य त्याला झाले नाही. त्याने फोन ठेवला.

●

नीरजाला बहुतेक धक्का बसला होता; पण मुकेशएवढा नाही. काहीच झाले नसल्यासारखे वागणे सतीशला मात्र चांगले जमत होते. मुकेश नीरूबद्दल विचार करीत बसला होता.

नीरजाने बी.ए. संपवून एम.ए.साठी विद्यापीठात प्रवेश घेतला, तेव्हा वडिलांना खूप आनंद झाला होता. तिने एम्.ए. करावे असे त्यांना फार वाटे. त्यांना जरी खूप शिकता आले नाही, तरी त्यांच्या ठिकाणी व्यावहारिक शहाणपण होते.

सतीश हा नीरजाच्या प्राध्यापकांचा मुलगा. त्या प्राध्यापकांच्या घरी सगळ्यांचे येणे-जाणे होते. नीरजाचे सतीशवर मन जडले.

त्याचे व्यक्तिमत्व, आकर्षक बोलणे, स्पष्टवक्तेपणा, बुद्धिमत्ता आणि त्याचे देखणेपण या गोष्टी कोणत्याही तरुणीला आवडाव्यात, अशाच होत्या.

सतीशनेसुद्धा नीरजाला पसंत केले. ही बातमी नीरजाने पहिल्यांदा मुकेशला सांगितली. मुकेशने अम्मा आणि बाबांच्या कानावर घातली.

रावसाहेब आणि सुमती या दोघांनाही हे आवडले नाही. मुकेशनेच पुढाकार घेऊन सतीशच्या आई-वडिलांना आपल्या घरी बोलाविले.

सौजन्याखातर जेवढे बोलणे आवश्यक होते, तेवढेच बोलणे आणि उपचार करून रावसाहेब आणि सुमती या दोघांनी त्यांना निरोप दिला.

मुकेशला आश्चर्य वाटले.

"बाबा, या गोष्टीबद्दल तुम्ही निरुत्साह का दाखवलात? सतीश नीरूसाठी किती चांगला आहे, हुषार आहे. आज नाही उद्या, उत्तम वकील होईल."

"मुन्ना, त्याबद्दल मी म्हणत नाही. जग मीही पाहिलंय. एखादी व्यक्ती माझ्यासमोर बसली, तर दहा मिनिटांत त्याचं अंतरंग-बहिरंग मला समजू शकतं. गेल्या वीस वर्षांतील अनुभवांनी मला हे शिकवलंय म्हणून सतीश मला आवडला नाही."

"तुम्ही असं कसं सांगू शकता? तुम्ही तर त्याला पहिल्यांदाच भेटताहात. शिवाय, नीरूने त्याला पसंत केलंय."

"ते ठीक आहे; पण मुन्ना, माझं मन या गोष्टीला तयार होत नाही. तो तुझ्यासारखा नाही; फार व्यवहारचतुर आहे."

"बाबा, हे तर खूपच चांगलं झालं. तुमच्या उद्योगात माझी काहीच मदत होत

नाही आणि त्यात मला आवडही नाही. तुम्हाला कुणाची तरी मदत पाहिजे. सतीश हा जावई झाला, तरी तो घरचाच आहे ना?''

रावसाहेब गप्प बसले.

नीरजाला याच्याहीपेक्षा चांगला वर मिळेल, असे सुमतीलाही वाटत होते; पण नीरजाने हट्टच धरला होता.

मुकेशने मध्यस्थी केली. त्याने जोशी वकिलांना बोलावून घेतले.

''बाबा, मी एवढ्या मोठ्या बंगल्यात राहतो, चार गाड्यांमधून फिरतो. मुलगा म्हणून सगळ्या संपत्तीचा उपभोग घेतो; पण माझ्याबरोबरीनं वाढलेल्या माझ्या ताईला यातला वाटा द्यायला पाहिजे.'' मुकेश म्हणाला.

राजमहल विलासमध्ये एक मोठा बंगला, एक गाडी आणि सतीशला वकिली सुरू करण्यासाठी दहा लाख रुपये असे मुकेशने रावसाहेबांकडून सतीशला द्यायला लावले.

आताच्या या घटना बघितल्या, की रावसाहेबांच्या व्यक्तिमत्वावर वेगळाच प्रकाश पडतो. नीरजाच्या लग्नात त्यांनी तिला काहीही दिले असते, तरी मुन्नाने 'नको' म्हटले नसते. हा पैसा आपला नाही असे म्हणण्याएवढी अलिप्तता त्यांच्या ठिकाणी होती. त्यामुळेच मुन्नाच्या पुढाकाराने ठरलेली रक्कम त्यांनी सतीशला देऊन टाकली.

मुन्नाने नको म्हटले असते, तर कदाचित त्यांनी पैसे दिलेही नसते. आपली मुलगी गरिबाच्या घरी लग्न करून दिली असती, तरी त्यांनी आपल्या मुलाच्या संपत्तीला हात लावला नसता.

एका बाजूला खोटे बोलून, फसवून दुसऱ्यांची संपत्ती लुबाडणारा जावई, तर दुसऱ्या बाजूला आपण कमावलेली संपत्ती आपल्या मुलाची असे मानणारे वडील, अशी विचित्र परिस्थिती होती.

रावसाहेब संसारात असूनही विरक्त होते.

वडिलांच्या आठवणींनी मुकेशचे डोळे भरून आले.

मुकेशने मध्यस्थी केली. त्याने जोशी वकिलांना बोलावून घेतले.

•

दुसऱ्या दिवशी जोशी वकील आले आणि त्यांनी पुढच्या कार्यक्रमाची तयारी सुरू केली.

''मुन्ना, उद्या सकाळी तू लवकर तयार राहा. मला उद्या तीन ठिकाणी जायचंय.''

जोशी वकील गेल्यावर सतीश सुमतीच्या खोलीत आला.

मुकेशच्या तिथे असण्याकडे दुर्लक्ष करून त्याने विचारले, ''अम्मा, उद्या काय काय करायचंय?''

सुमती गप्पच होती. मुकेश काय समजायचे ते समजला. सतीश पुढे म्हणाला, ''जावई म्हणजे मुलासारखा. क्रियाकर्माची सारी जबाबदारी मलाच पार पाडावी लागणार.''

'तू या घरचा मुलगा नाहीस. मीच या घरचा मुलगा.' सतीशच्या बोलण्याचा मुकेशने असा अर्थ घेतला.

म्हणजे यापुढे या घरात आपल्याला काहीच स्थान नाही... मुकेशला सगळे समजले. या घराचा आणि आपला कोणताच संबंध नाही. आपण एक पाहुणे आहोत. ती मर्यादा ओलांडायची नाही. यानंतर या घरात होणाऱ्या कोणत्याही घटनेशी, निर्णयाशी आपला काहीच संबंध असणार नाही.

हे सगळे मुकेशच्या सहनशक्तीपलीकडचे होते. वडिलांनी आपल्याला पाळलं नाही का? आपली मुंज केली नाही का? जीवनातली सुखदु:खं वाटून घेतली नाहीत का? नुसता मानलेला मुलगा म्हणताक्षणीच सबंध आयुष्यभरातलं प्रेम, आपुलकी अशी उद्ध्वस्त झाली? सतीशने या घटनांकडे एका व्यावहारिक दृष्टिकोनातून, कायद्याच्या चौकटीतून पाहायला सुरुवात केली होती, तर मुकेश याच घटनांकडे भावनात्मकतेने पाहत होता.

कुणाशीही न बोलता मुकेश बाहेर निघून गेला.

आपलं घर आता आपलं नाही. फक्त एका फोटोनं आपलं जीवन उद्ध्वस्त करून टाकलं.

हा फोटो मिळालाच नसता तर हा घोटाळा झाला नसता.

या घरातला खरा उत्तराधिकारी कोण असेल? कायदा काहीही सांगत असला, तरी आईवडिलांच्या छायेत वाढलेल्या आपल्याला अजिबातच भावना नाहीत की काय?

या संपत्तीसाठी हा सगळा गोंधळ चालला आहे. संपत्तीच्याऐवजी या घरात कर्जाचे डोंगर उभे राहिले असते तर बहुतेक सतीश या घराचा उत्तराधिकारी झाला नसता.

सतीशचा डोळा पैशावर, तर मुकेशचा डोळा आई-वडिलांच्या अंत:करणावर!

मुकेश विचारात गढून गेला.

वडील रेल्वेत कारकून म्हणून होते. पाठदुखी पाठीशी लागेतोपर्यंत आईने कपडे शिवले. दोघांनी मिळून ही कंपनी उभी केली; पण एखाद्या ट्रस्टीच्या

नात्याने दोघांनी जबाबदारी सांभाळली. कशासाठी? त्यांची नीतिमत्ता श्रेष्ठ दर्जाची होती. आपण त्यांच्या रक्ताचे नसू; पण त्यांची नीतिमत्ता आपण घेतलेली आहे. आपण त्यांचे मानसपुत्र आहोत.

बाबा नेहमी सांगायचे, ''आपल्या वाटणीच्या नसलेल्या दुसऱ्यांच्या पैशांची हाव धरली तर भिकाऱ्याच्याही पलीकडले ठरेल; कारण भिकारी भीक मागून घेतात. दुसऱ्यांना फसवत नाहीत.''

मी भिकारी होऊ शकतो.

माझ्या आयुष्यात एवढी मोठी संपत्ती मी कदाचित मिळवू शकणार नाही; पण आज या संपत्तीमुळेच एवढा गोंधळ होत असेल, तर मला काहीही नको. कायद्याच्या मदतीने सतीश काय वाटेल ते करू शकेल; पण मला ही संपत्ती नको. मी वडिलांचे क्रियाकर्म करतो. अगदी प्रेमाने, विश्वासाने करतो; पण वडिलांची ही संपत्ती नको. वडिलांसारखा अलिप्त राहून उत्तम माणूस म्हणून जगेन.

मुकेशला जेवायला बोलावण्यासाठी सुमती माडीवर आली. मुकेश शून्यात नजर लावून बसला होता.

''बाळा, मी सतीशबरोबर बोलते. नीरूला आणखी थोडे पैसे देऊया. हवं तर माझ्या नावे असलेली संपत्ती तिच्या नावे लिहून देते. तू सकाळपासून उपाशी आहेस. मीही जेवलेली नाही. झालं ते सगळं विसरून जा.''

अम्माला वाटलं, मुकेश संपत्तीसाठी दुःखी झाला आहे.

तेवढ्यात मुकेशच्या मनाने एक निर्णय घेतला–

''अम्मा, तू काहीही काळजी करू नकोस. पाय दुखत असताना तू माडीवर कशाला आलीस? मी आता खाली येतो. मी कोणतंही काम केलं, तरी स्वर्गस्थ वडिलांचं समाधान होईल असंच करेन. तू खाली जा.'' मुकेशने आईला सांगितले.

सुमती नाइलाजाने खाली गेली. मुकेशने लगेच वासंतीला फोन लावला.

''वासंती, माझ्या खात्यावर किती रक्कम आहे?''

''हा कसला प्रश्न? तुम्ही असं कधीच विचारलेलं नाही. असतील दहा एक हजार पौंड.''

''वासंती, समजा इथं आपली संपत्तीच नसती, तर आपण आपल्या पगारात सुखी-समाधानी राहू शकू का?''

''का? धंद्यात खोट वगैरे बसली की काय?''

वासंतीला काळजी वाटत होती, हे तिच्या स्वरातून जाणवत होते.

''नाही, पण तसा प्रसंग येईल.''

"हे बघा, सुख हे मनाच्या स्थितीवर अवलंबून असतं. त्यामुळे तुम्ही जे विचारताहात, ते मला योग्य वाटत नाही. असू दे. आपण कुठंही असलो, तरी थोड्या पैशातही सुखी-समाधानी राहू."

"वासंती, मी तुझा आभारी आहे."

"आभार कशाला?"

"काही नाही. मी पुन्हा एकदा फोन करेन."

तिला बोलण्याची संधी न देताच मुकेशने फोन बंद केला.

आतापर्यंत त्याचा जीवनप्रवाह एकाच दिशेने चालला होता; पण आता त्याला दोन फाटे फुटले होते. कोणता फाटा चांगला, हे त्याला आता कळाले होते. म्हणूनच तो निश्चिंत झाला. आतापर्यंत त्याला पैशाचे मोलच कळाले नव्हते. तो शर्ट खरेदी करायला गेला, की डझनभर शर्ट घेऊन यायचा. सुमती त्याला एकदा म्हणाली, "मुन्ना, किती शर्ट घेतोस? तुझ्याकडं शंभर शर्ट आहेत ना? तुझ्या बाबांच्याकडं बघ. त्यांच्याकडं फक्त पाचच शर्ट आहेत."

तेव्हा रावसाहेब म्हणाले होते, "असू दे गं. तो श्रीमंताचा मुलगा, मी गरिबाचा मुलगा. मुलाला वाटलं तर घेऊ दे. उद्या माझ्यासारखं त्याला टक्कल पडलं, की मग तोही पाचच शर्ट ठेवून घेईल."

यानंतर श्रीमंतीची चैन परवडण्यासारखी नाही आणि तसं राहणंही शक्य नाही. काटकसरीनं जगायला शिकलं पाहिजे.

आयुष्यात अनुभव हाच सगळ्यांत श्रेष्ठ गुरू असतो; पण त्याची गुरुदक्षिणा फार मोठी असते.

नाटकाच्या शेवटच्या अंकाचा पडदा पडला होता. यानंतर कुठलेच नाटक करायचे नव्हते. मुन्नाला आता आपला वेष बदलायला हवा होता.

●

दुसऱ्या दिवशी मुकेशचे मन शांत झाले होते. तो म्हणाला, "अम्मा, मला ही संपत्ती नको. तो फोटो मिळाला नसता तर मला वडिलांचं क्रियाकर्म करता आलं नसतं का? मला कोणतीही संपत्ती, पैसा नसला तरी मला वडिलांचं क्रियाकर्म करू दे. मी केलं नाही तर वडिलांना बरं वाटेल का? तू मला क्रियाकर्म करण्याचा अधिकार दे."

अम्मा गलबलली. त्याच्या बोलण्याचा अर्थ तिच्या लक्षात आला, तेव्हा तर ती रडायलाच लागली. या गोष्टीवर सतीशचा विश्वासच बसला नाही.

"सतीश, तुम्ही एक वकील आहात. माझ्यापेक्षा तुम्हाला व्यवहार चांगला

कळतो. मी सगळ्या संपत्तीवरचा हक्क सोडून देतो. ती सगळी संपत्ती नीरूताईच्या नावाने करतो.'' मुकेश म्हणाला.

नीरजा पुढे आली आणि म्हणाली, ''मुन्ना, हे बरं नव्हे.''

''नाही ताई, तेच बरोबर आहे. वडिलांच्या संपत्तीसाठी म्हणून आईनं माझा सांभाळ केला नाही. गरिबीत असतानाही तिनं माझा अगदी प्रेमानं सांभाळ केला. तीच माझी संपत्ती आहे. आता मला कुणीही अडवू नका. आतापर्यंत मला काहीच माहीत नसल्यामुळे मी बंधनात अडकलो होतो; पण आता मी हे जे करतोय, ते अगदी मोकळ्या मनानं करतोय.''

''बाळ, असा भावविवश होऊन कोणताही निर्णय घेऊ नकोस. तू वासंतीला विचारलंस का?''

''आई, यानंतर मी फक्त तुझा मुलगा म्हणूनच राहीन. माझ्या मनाला दुखवू नये, असं वाटत असेल तर तू मला अजिबात अडवू नकोस.''

''बाळ, आणखी एकदा विचार कर.''

''अम्मा, ही बातमी कळल्यापासून तोच विचार करीत आहे.''

''बाळ, माझ्या वाटणीला आलेली संपत्ती मी तुझ्या नावावर लिहिली आहे.'' अम्माला अजूनही आशा वाटत होती. मुकेश असा एकाएकी गरीब झाल्याचे तिला बघवत नव्हते.

''अम्मा, त्याची आवश्यकता नाही.'' मुकेश म्हणाला.

''बाळ, गरिबी म्हणजे काय, हे तुला माहीत नाही; पण मी त्याचा अनुभव घेतलाय. तुला ते झेपायचं नाही.''

''का झेपणार नाही? तशाही परिस्थितीत राहण्याचं धैर्य तू मला दिलं आहेस. तू जर माझ्या जागी असतीस, तर मी जे केलं असतं तेच तूही केलं असतंस. होय की नाही, सांग अम्मा?''

''गरिबीतही तुम्हा दोघांनी संसार केलाच ना? खरं सांग.''

सुमती गप्पच राहिली.

पुढच्या कामासाठी मुकेश बाहेर निघून गेला.

जिंकल्याचा आनंद सतीशला झाला; पण नीरूला मात्र तसे वाटले नाही. अम्मा तर अंतर्मुखच झाली होती. आपण मुलाच्या जागी आहोत, या भावनेने मुकेशने वडिलांचे क्रियाकर्म अगदी श्रद्धेने केले. सगळे नातेवाईक निघून गेले. सगळेजण बंगलोरच्या आसपासच राहात असल्याने मुक्कामासाठी कुणीच आलेले नव्हते. सगळी मंडळी त्याच दिवशी निघून गेली.

आता घरात असणारे चौघेच होते. मुकेशने सतीशला बोलावून सांगितले, "हे बघा, जोशी वकिलांना बोलावून मी सगळी कागदपत्रं तयार करवली आहेत. तुम्ही एकदा नजरेखालून घाला."

"हे बघ मुन्ना, सत्य हे केव्हाही कटू असतं. मी खरं सांगितलं म्हणून एवढा सगळा गोंधळ झाला. सगळ्यांच्या नजरेत मी एखाद्या खलनायकासारखा ठरलो आहे. नीरू बोलत नाही. तुमची संपत्ती मला कशाला पाहिजे? मी काही तुम्हाला द्या म्हणून सांगितलं नाही. तू जाणे आणि तुझी ताई जाणे."

आता मुकेशला सतीशचा स्वभाव माहीत झाला होता. त्याने आपले म्हणणे पद्धतशीरपणे मांडले. आता त्याचे मनही बदलले होते. देवाने आपणहून दिलेली सुवर्णसंधी तो थोडाच गमावून बसणार होता?

"असू द्या सतीश, तुम्ही काही विचारलं नाही. मी स्वत:हूनच नको म्हटलं. हे पाहा, मी स्वखुशीनं सही करतो. अगदी समाधानानं लिहून देतो. स्वर्गात असलेले माझे वडील याला साक्ष आहेत."

वडिलांची आठवण काढत मुकेशने सगळीकडे सह्या केल्या.

●

सगळ्या कागदपत्रांवर सह्या केल्यावर मुकेशला एक प्रकारचे स्वातंत्र्य मिळाल्यासारखे झाले. त्याच्या मनाच्या कोपऱ्यात त्याला कुठेतरी असे वाटत होते, की आपण वासंतीबरोबर चर्चा करून हा निर्णय घेतला असता, तर बरे झाले असते; पण ते शक्य नव्हते.

वासंती जर याला कबूल झाली नसती तर? तिने फक्त पैशांसाठी लग्न केले होते की काय? शिवाय, ती या गोष्टीला कबूल झाली नसती, तरी ही संपत्ती आपण घ्यायचीच नाही, असेच मुकेशने ठरविले होते.

निर्जीव अशा छायाचित्राने त्याच्या जीवनाची दिशाच बदलून टाकली होती.

तो एकटाच असे, तेव्हा न बघितलेल्या रूपिंदरचे चित्र डोळ्यांसमोर आणायचा प्रयत्न करीत असे. सुमती भेटली, की आपल्या जन्मदात्या आईचे वर्णन करून सांगण्याचा तिला तो आग्रह करीत असे.

अलीकडे नीरजा आणि सुमती या दोघींना मुकेशबरोबर बोलणे अवघड जात असे. तो आपल्याच खोलीत बसून आढ्याकडे नजर लावून कसलातरी विचार करीत बसलेला असे.

लंडनला परतण्यापूर्वी तिला एकदा तरी बघितलेच पाहिजे. ती जिवंत असेल तर...

'तू असं का केलंस?' असे विचारायचेच असे त्याच्या मनाने घेतले.

आतापर्यंत संकुचित विश्वात वावरलेल्या मुकेशला जगाची ओळख करून घेणे आवश्यक वाटू लागले.

मुकेश आता आणखी एका गोष्टीच्या मागे लागला. आईला म्हणाला, "अम्मा, मला रूपिंदर कौरचा पत्ता पाहिजे."

अम्माच्या छातीत धस्स् झाले. मुकेश आपल्याला विसरून आपल्या जन्मदात्या आईकडे जाणार.

"कशाला रे?" तिने विचारले.

"अम्मा, मला ज्या आईनं जन्म दिला, तिला मी माझ्या डोळ्यांनी एकदा तरी बघेन म्हणतो."

त्याच्या गळ्यातील सोनसाखळीने त्याला आईची आठवण करून दिली.

सुमती स्तंभित झाली. तरीपण स्वत:ला सावरीत म्हणाली, "मुन्ना, मी खरंच सांगते. माझ्याकडं तिचा पत्ता नाही. आम्हा दोघींच्यात पत्रव्यवहारच झाला नाही. एकमेकींना बघून पंचवीस वर्षं झाली."

"तिनं जाताना कुठल्यातरी ठिकाणाचा उल्लेख केला असेल ना?"

"अमृतसरमधल्या लालचौकात कसलं धान्याचं दुकान असल्याचं सांगत होती. वर त्यांचं घर आणि खाली दुकान असल्याचं तिनं सांगितलेलं आठवतं. तिच्या नवऱ्याचं नाव सुरिंदर. दिराचं नाव परविंदर. ते जालन्याहून आले होते, एवढंच मला माहीत आहे."

मुकेशने आपल्या सामानाची बांधाबांध केली.

सुमतीनं त्याच्या केसातून हात फिरवीत म्हटले, "मुन्ना, रूपिंदरला भेटल्यावर मला विसरणार का रे? माझ्यावर रागावलास? मुन्ना, मी तुला माझ्या पोटात नऊ महिने वाढवलं नसेन; पण मी तुझी आईच आहे रे."

अगदी दीन होऊन सुमती रडू लागली. मुकेशने प्रेमाने आपल्या आईचा हात धरून सांगितले, "तू माझी आईच आहेस; पण एक कुतूहल म्हणून मला माझ्या जन्मदात्या आईनं असं का केलं? ती आता कशी आहे? या प्रश्नांची उत्तरं शोधायची आहेत."

"मुन्ना, घरची परिस्थितीच तशी होती. नाहीतर तिनं असं का केलं असतं? तुला सोडून जाताना तिला खूप दु:ख झालं. मी पाहिलंय ते."

मुकेश काहीच बोलला नाही. त्याच्या मनाने तो केव्हाच पंजाबला पोहोचला होता.

■

७

मुकेश विमानाने दिल्लीला निघाला. तो पहिल्यांदाच 'इकॉनॉमी क्लास'मधून प्रवास करीत होता. इतके दिवस तो नेहमी फर्स्टक्लासनेच प्रवास करीत असे. रूपिंदर काय म्हणेल? सुरिंदरला कसं भेटायचं? त्याच्या डोक्यात प्रश्नांचे काहूर उठले होते. विमानतळावर त्याच्या कंपनीचा माणूस त्याची वाटच बघत होता.

रावसाहेबांची कंपनी सुरू झाली, तेव्हापासून चंदूलाल त्यांच्याबरोबर होता. तो अत्यंत व्यवहारी, बुद्धिमान आणि तितकाच विश्वासू होता.

"मॅडमनी फोन केला होता. तुम्ही येणार असल्यानं गेस्ट हाऊसवर सोय करण्यासाठी सांगितलंय. अमृतसरमध्ये पण तुमच्या राहण्याची सोय करण्यासाठी सांगितलंय. त्याप्रमाणं सगळं तयार आहे.''

मुकेशला वाटले, असला बडेजाव नको; पण चंदूलाल पुन्हा चौकशी करणार. 'नको' म्हटलं तर अम्माचं मन दुखावलं जाणार.

मुकेश गप्प होता. सुमतीने रूपिंदरचा पत्ता मिळविण्यासाठी केलेल्या सगळ्या प्रयत्नांमुळे त्याला आपल्या अम्माबद्दल अभिमान वाटू लागला. सुमती गप्प राहू शकली असती; पण ती तशी नव्हती.

दुसऱ्या दिवशी सकाळी शताब्दी एक्स्प्रेस निघणार होती. दिल्लीत ओळखीची घरे खूप होती, तरीही तो कुणाच्याही घरी गेला नाही.

उन्हाळ्याचे दिवस होते. दिल्लीचे भाजून काढणारे ऊन आणि बंगलोरचे ऊन यात फरक असतो.

त्यांच्या कंपनीचे गेस्ट हाऊस डिफेन्स कॉलनीत होते. ते अतिशय प्रशस्त आणि सुसज्ज होते.

त्याला आपले बालपण आठवू लागले. 'आपण इथेच जन्मल्याचे खोटेच प्रमाणपत्र आईने इथेच लिहिले. आपण मुन्ना सिंगचा, 'मुन्ना के. राव' झालो तेही

इथेच. आपले आणि नीरजाचे शालेय शिक्षण इथेच सुरू झाले. अम्माने 'मुकेश गार्मेंट' नावाची कंपनी सुरू केली, तीही इथेच.' अशा अनेक आठवणींनी मुकेशच्या मनात गर्दी केली.

दिल्लीतल्या भाजून काढणाऱ्या उन्हात आणि कापून काढणाऱ्या थंडीत अम्मा आणि बाबा यांनी कसे दिवस काढले असतील? आपल्यासमोर त्यांचाच आदर्श आहे. दुसऱ्या कुणाची गरज नाही. मुकेश आपल्याच विश्वात दंग होता.

अमृतसरला जाणारी शताब्दी पहाटे असल्यामुळे मुकेशला रात्रभर झोप लागली नाही.

'आपण आपल्या आईला भेटल्यावर तिच्याशी काय बोलायचे? वडिलांबरोबर काय बोलायचे? ती दोघे आता जिवंत असतील का? कधीकधी मनात विचार येतो, त्या दोघांनी असे का केले असेल? पण सुमतीने 'परिस्थितीच तशी होती' असे या प्रश्नाचे उत्तर दिले होते; पण असली कसली परिस्थिती होती? जन्मदात्या आईने आपल्या पोटच्या पोराला सोडून देण्यासारखी कसली परिस्थिती असावी?' मुकेश अस्वस्थ होता.

त्याचे मन लगेच दुसऱ्या दिशेने धावत होते. 'रूपिंदरने आपल्याला चांगल्या घरी दिले. देताना तिने 'त्याला भरपूर शिकव' असे सांगितले. कदाचित ती भेटली, तर 'मुन्ना, तू माझा मुलगा आहेस, इथं ये.' असे म्हणेल काय? शक्य नाही. केवळ जन्म दिला म्हणजे स्त्री आई होत नसते. तिने मुलाला शिकविले पाहिजे, त्याच्यावर संस्कार केले पाहिजेत, त्याला प्रेम दिले पाहिजे. न कंटाळता मुलाची घाण काढली पाहिजे. मुलाने चूक केली, तर तिने शिक्षा केली पाहिजे. तरच ती आई म्हणवून घ्यायला लायक असते.'

कसाही विचार केला तरी सुमतीचा मोठेपणा उठून दिसत होता.

मुकेश अमृतसरला पोहोचला, तेव्हा उन्हे अजून उतरलेली नव्हती. तो सरळ हॉटेलवर गेला. पंजाबातला उन्हाळाही कडक असतो. उन्हाळा नुकताच सुरू झाला होता. आंघोळ वगैरे आटोपून मुकेशने सुवर्णमंदिर गाठले. त्याने या आधी अमृतसर पाहिलेले नव्हते. जिथे बघेल तिथे उंचेपुरे सरदार दिसत होते. एकही भिकारी दिसत नव्हता. इतके समृद्ध शहर होते ते. तो याच राज्याचा. त्याला जन्म दिलेली आईसुद्धा इथेच होती. त्याला आठवले, "बाळा, धर्म कुठलाही असला तरी देव एकच असतो." त्याची अम्मा त्याला नेहमी सांगायची.

मुकेशने मोठ्या श्रद्धेने गुरूला वंदन केले. सुवर्णमंदिराचा सोन्याचा पत्रा सूर्यप्रकाशात झळाळत होता. त्याची स्वच्छता राखण्यासाठी शेकडो लोक रात्रंदिवस सेवा करीत असतात, असे त्याने ऐकले होते. तिथून त्याने रिक्षा घेतली आणि

तो थेट लालचौकात आला. एखाद्या बाजारात दिसते, तशी तिथे माणसांची गर्दी दिसत होती. त्यातून संध्याकाळची वेळ. अरुंद रस्ते. जिकडेतिकडे दुकाने, माणसे. इथे आपल्या वडिलांचे दुकान कसे शोधायचे? मुकेशला प्रश्न पडला. सगळ्या दुकानांच्या वरच्या बाजूला घरे आहेत. सगळ्या दुकानांचे मालक सरदारजीच आहेत. हे सगळे अलीबाबाच्या गुहेसारखे वाटते. घर आणि दुकान कसे शोधायचे, मुकेशला प्रश्न पडला.

मुकेश गोंधळून गेला. एका धान्याच्या दुकानात एक म्हातारा सरदारजी बसला होता. वयोवृद्धांकडून जुन्या ओळखी सापडण्याची शक्यता असते. माणसाचे वय वाढते, तसे त्याला बडबडायला आवडते, असे त्याचे वडील त्याला नेहमी म्हणायचे. त्याला ते आठवले. तो दुकानाजवळ आला.

त्याने विचारले, ''भाईसाब, इथं सुरिंदर, परविंदर यांचं धान्याचं दुकान कुठं आहे?''

''बेटा, दुकानाचं नाव काय?''

''मला माहीत नाही. ते पंचवीस वर्षांपूर्वी जालन्याहून इथं आलेले भाऊ-भाऊ आहेत. एवढंच माहीत आहे.''

त्या म्हाताऱ्याला काहीतरी आठवल्यासारखे झाले. तो म्हणाला, ''बेटा, गेल्या पाच-दहा वर्षांत बरीच दुकानं बंद झाली. त्या जागी नवी दुकानं आली. तू सांगतोस तेवढ्या माहितीवरून तुला पाहिजे असलेलं दुकान कसं सापडणार? थांब, माझ्या भावाला विचारतो.''

त्या म्हाताऱ्याने आपल्या भावाला फोन करून पंजाबीतच काही माहिती विचारली.

मुकेश अस्वस्थ होता. त्या म्हाताऱ्याच्या सांगण्यावरून त्याला आपल्या आईची भेट होणार होती! काय विचित्र परिस्थिती!

''बेटा, तुझ्यासमोरचं दुकान त्यांचं होतं म्हणे. दहा वर्षांपूर्वी त्यांनी ते विकून टाकलं.''

''–पण त्यांचं घर कुठं आहे?''

''त्या दुकानाचा मालक आहे हरप्रीतसिंग. त्याला माहीत असेल.''

मुकेश जड पावलांनी समोरच्या दुकानात गेला.

त्या दुकानात आता विदेशी मद्याची विक्री होत होती. तऱ्हेतऱ्हेच्या मद्याच्या बाटल्या गिऱ्हाइकांना आकर्षून घेतील, अशा पद्धतीने मांडलेल्या होत्या.

तरुण दिसणारा हरप्रीत गल्ल्यावर बसला होता. त्याच्या वरच्या भिंतीवर गुरू नानक यांचा फोटो होता. त्याच्या बाजूला सुवर्णमंदिराचा फोटो होता.

संध्याकाळची वेळ होती. बाहेर सुवर्णमंदिरावरील दिवे चमकत होते.

अमृतसरमधल्या याच ठिकाणी आपली आई राहात होती. आता तिथे दारूचे दुकान पाहून मुकेशला फार वाईट वाटलं.

मद्याचे नाव घेतले, तरी 'हर हर' म्हणणाऱ्या कुटुंबात मुकेश लहानाचा मोठा झाला होता. त्याला तिथे फारच घुसमटल्यासारखे वाटू लागले.

"भाईसाब, या दुकानाचे आधीचे मालक कुठे आहेत?"

"का?"

मुकेशला मोठा पेच पडला. खरे सांगणेही अवघड आणि खोटे सांगणेही अवघड झाले.

"मी बंगलोरहून आलोय. माझं नाव मुकेश राव. माझी अम्मा सुमती आणि सुरिंदर सिंग यांची बायको रूपिंदर कौर या दोघी मैत्रिणी. माझ्या अम्मानं त्यांना भेटून ये म्हणून सांगितलंय."

"ते आता इथं नाहीत. त्याच्याबद्दलची सविस्तर हकीगत माझ्या आईकडं मिळेल. ही घाईगर्दीची वेळ. आमचं घर माडीवर आहे. तुम्ही आईला जाऊन भेटाल का? तुमच्याबरोबर बच्चासिंगला पाठवून देतो."

हरप्रीत अतिशय सौजन्याने बोलत होता. घर माडीवर असल्याने काहीच त्रास नव्हता. मुकेश माडीवर गेला.

बच्चासिंग आत गेला आणि त्याने पंजाबीत काहीतरी सांगितले.

मुकेश बसला. उकाडा चांगलाच जाणवत होता. सगळे पंखे सुरू केले, तरी उन्हाची काहिली कमी होत नव्हती. त्याच्या अंगातून घामाच्या धारा वाहत होत्या.

आपलेच घर असल्यासारखा तो त्या दिवाणखान्यात आरामात बसला.

"भाई, चाय्."

पंजाबी माणसे फार उमद्या स्वभावाची. आदरातिथ्याला मागेपुढे पाहणारी नाहीत. घरातल्या नोकराने मुकेशसाठी चहा, बिस्किटे, पाणी, फळे वगैरे आणून ठेवले.

एवढ्यात एक म्हातारी त्याच्यासमोर येऊन बसली.

साधारण सत्तरीची असावी. सुखदु:खाच्या उभ्या-आडव्या रेषांनी तिचा चेहरा सुरकुतलेला होता. मुकेशला बघताच ती पंजाबीमिश्रित हिंदीत त्याच्याशी बोलू लागली.

"बेटा, दक्षिणेकडल्या लोकांना हे ऊन मानवत नाही. नुसत्या पंख्यानं कमी व्हायचा उकाडा नव्हे हा."

तिने नोकराला ए.सी. सुरू करायला सांगितले. नोकराने ए.सी. सुरू केला.

थंड वारे येऊ लागले.

"बेटा, तू आमच्या रूपिंदरला शोधत आलास म्हणे. तिची-माझी चांगली ओळख आहे. मी याआधी मागच्या गल्लीतच राहात होते. आपली सुखदु:खं सांगायला ती यायची. आम्ही दोघी मिळूनच मंदिरात जात होतो."

मुकेशला चहा जाईना. आपल्या आईची ओळख असलेली एक व्यक्ती इथं आहे. आई कुठं आहे? त्याच्या मनात विचारचक्र सुरू झाले.

कापऱ्या आवाजात त्याने विचारले, "रूपिंदर कुठं आहे?"

"ती एक मोठी गोष्ट आहे."

●

रूपिंदर अमृतसरला आल्यावर त्यांचा उद्योग थोडे दिवस चांगला चालला. फायदा होऊ लागला आणि पैशासाठी भावा-भावांत भांडणं सुरू झाली.

आपण अमेरिका-कॅनडात असताना पैसे पाठविले होते म्हणून आपल्याला अधिक फायदा हवा असं सुरिंदरचं म्हणणं होतं, तर आपण त्याच्यापेक्षा अधिक राबत असल्यानं आपल्याला अधिक फायदा हवा, असं परविंदरचं म्हणणं होतं.

दोघांच्या भांडणात दुकानाकडे संपूर्ण दुर्लक्ष होऊ लागलं होतं; पण भांडणं कमी होत नव्हती.

दोघा भावांच्या भांडणाचा फायदा घेऊन दुकानातल्या कारकुनाने ते दुकान घशात घातले.

दारू प्यायची सवय असलेला सुरिंदर त्या कारकुनाच्या सांगण्याप्रमाणे वागू लागला. परविंदरला भांडणाची सवय होती. रोज कशा ना कशावरून भांडणं असायची.

दुकान बंद पडलं. रूपिंदरची अवस्था फार विचित्र झाली. घरात रोजची भांडणं असायची. दारू पिऊन पिऊन लिव्हरच्या खराबीमुळे सुरिंदर एक दिवस मरून गेला.

कारकुनाची तिरकी चाल लक्षात आल्यावर रागीट परविंदरनं त्याला बुकलून काढलं आणि तो तुरुंगात गेला. त्याचा शेवटही तिथंच झाला.

परविंदरच्या बायकोने ते दुकान विकले आणि ती आपल्या माहेरी जालंदरला गेली. रूपिंदरने कुठे जायचे? तिला तिचे असे कुणीच नव्हते. इतकी वर्षं ती या घरासाठी राबली आणि तिची अवस्था एखाद्या मोलकरणीच्याही पलीकडे झाली.

तिची म्हातारी सासू मरून गेली होती. त्यानंतर ती माझ्या घरी यायची. हरप्रीतने हे दुकान विकत घेतले; पण मी त्याला एक अट घातली, "तू दारू वीक

किंवा विकू नकोस; पण दारू प्यायची नाही."

गुरूच्या दयेने सगळे काही व्यवस्थित चाललंय.

रूपिंदरची एक गोष्ट विशेष होती. कोणत्याही कठीण परिस्थितीत असली, तरी बुद्धपौर्णिमेच्या दिवशी हर-मंदिरात येऊन तिला जमेल तेवढं दान करायची.

एक दिवस सुरिंदर खूप त्रासला होता. त्या दिवशी त्यानं रागाच्या भरात तिच्या डोक्यात मारलं, तर मोठी जखम झाली; पण तशाही परिस्थितीत ती हर-मंदिरात दर्शनाला आली आणि तिनं शक्य तेवढा दानधर्म केला.

मागच्या वर्षी ती बुद्धपौर्णिमेच्या दिवशी इथं आली असताना माझ्या घरी येऊन गेली.

मुकेशने थोडे थांबून विचारले, "रूपिंदर आता कुठं आहे?"

"इथून चाळीस किलोमीटर दूरवर असलेल्या हरपूरमध्ये गुरुप्रीत नावाचा मोठा जमीनदार आहे. त्याच्या घरी स्वयंपाकासाठी म्हणून ती राहिली आहे. गुरुप्रीत आमच्या ओळखीचा आहे. माणसं खूप चांगली आहेत. माझ्या ओळखीनंच ती तिथं कामाला लागली आहे.

आपल्याला जन्म दिलेल्या आईवर ही वेळ यावी? मुकेश मनातल्या मनात व्यथित झाला. त्याला हजारो मुंगळे डसल्यासारखे वाटले. त्यांचे बोलणे संपत आले. तेवढ्यात जेवण तयार झाले होते.

"बेटा, तू माझ्या हरप्रीतसारखाच आहेस. आमचा पाहुणा आहेस. न जेवता जाऊ नकोस. तुला रूपिंदर भेटली तर येऊन जायला सांग."

•

हरप्रीतच्या आईच्या तोंडून आपल्या आईबद्दलची हकीगत ऐकून मुकेशला वास्तवाची जाणीव झाली.

आपली आई आणि आपला भाऊ सुखरूप असल्याबद्दल त्याला बरे वाटले.

या वयात ती कशी राबत असेल? तिची आठवण होताच त्याच्या डोळ्यांत पाणी आले. त्याला आपल्या आईने काढलेल्या त्रासाबद्दल खूप वाईट वाटले.

भल्या पहाटे टॅक्सी करून मुकेश निघाला. रस्त्याच्या दोन्ही बाजूंनी भाताची आणि गव्हाची शेते डोलत होती. पंजाब हे अत्यंत संपन्न राज्य. उत्तम तऱ्हेचा गहू आणि बासमती तांदूळ यासाठी प्रसिद्ध असलेले राज्य.

एरवी मुकेशने पंजाबच्या संपन्नतेवर एखादा कार्यक्रमच तयार केला असता; पण आज त्याची मन:स्थिती ठीक नव्हती.

आपली आई स्वयंपाकीण म्हणून काम करीत असल्याबद्दल त्याला सारखे वाईट वाटत होते.

हरप्रीतने सांगितलेला पत्ता शोधून काढणे कठीण नव्हते. रस्त्याला लागूनच असलेली जमीन. त्याच्या बाजूने जाणारी छोटीशी पायवाट. आतल्या बाजूला प्रचंड घर, एका बाजूला कार, ट्रॅक्टर आणि मोटारसायकल या गाड्या उभ्या होत्या. शेजारी मोठे गोदाम होते आणि मधोमध मोठे आणि प्रशस्त घर होते.

परसातल्या बाजूला गोठा होता. त्यात भरपूर म्हशी होत्या.

मुकेश आला तेव्हा घरातली सगळी माणसे नटूनथटून कुठेतरी चालली होती. भीतभीतच मुकेश आत शिरला.

आपली ओळख कशी करून द्यावी, हा त्याला प्रश्न पडला. खरे तर सांगायचे नाही. त्याच्या खिशात असलेले व्हिजिटिंग कार्ड त्याने बाहेर काढले.

"या भाईसाब, या."

अनोळखी माणसाचे स्वागत करीत त्याला तिथल्या चौपायीवर बसायला सांगितले गेले. कडुलिंबाच्या सावलीत गारवा जाणवत होता. टॅक्सी गेटबाहेर उभी केली होती.

"मी लंडनमधल्या बीबीसीत भारतीय संस्कृती विभागाचा प्रमुख म्हणून काम करतो. माझं नाव मुकेश राव. अमृतसरमधल्या हरप्रीतकडून मी आलोय."

"ओ हो हो. खूप आनंद वाटला. इथं काय करता आपण?"

"पंजाबच्या संस्कृतीबद्दल अभ्यास करण्यासाठी इथल्या लोकांच्या मुलाखती घेण्यासाठी आलोय. आधी कामगार, नोकरवर्ग आणि नंतर घरमालक यांच्या मुलाखती घ्यायच्या आहेत."

घरातल्या कर्त्या पुरुषाने त्याचे स्वागत करीत म्हटले, "खूप आनंद झाला. हरप्रीत आमचाच मुलगा आहे; पण आम्ही आता एका लग्नाला चाललो आहोत. तुम्ही भीड वाटून घेऊ नका. घरात स्वयंपाकीण आणि नोकर आहेत. आम्ही सगळेजण संध्याकाळी परत येतो. इथंच राहा, जेवण करा. तुमचं काम संपवून घ्या."

मुकेशला खूप आनंद झाला. घरातल्या त्या कर्त्या पुरुषानेसुद्धा त्या स्वयंपाकिणीबद्दल चांगले उद्‌गार काढले होते.

घराच्या अंगणात मुकेश एकटाच उभा होता. समोरच्या स्वयंपाकघराचे दार उघडेच होते. तिथे एक म्हातारी पाठमोरी बसून चपात्या लाटत होती. मुकेश अगदी यांत्रिकपणे तिच्याजवळ गेला. त्याच्या पावलांच्या आवाजामुळे तिने मागे वळून बघितले. घरातला कर्ता पुरुष गुरुप्रीतसिंग गेटाबाहेर उभारून सांगत होता,

“रूपिंदर, पाहुण्यांकडं नीट लक्ष दे. आम्ही संध्याकाळी येतो.”

मुकेशने रूपिंदरकडे पाहिले. त्याची जन्मदाती आई स्वयंपाकिणीचे काम करीत होती. तिने जुना मळका पंजाबी ड्रेस घातला होता. काळाच्या कचाट्यात सापडल्यामुळे तिचे केस पिकून गेले होते. पाठ वाकली होती. जीवनात आलेल्या अनपेक्षित संकटांमुळे ती अकाली वृद्ध दिसू लागली होती. नुसती हाडे दिसत होती.

“साब, तुमच्यासाठी नाश्त्याला काय करू?”

त्याच्या डोळ्यांत पाणी आले. त्याला चक्कर आल्यासारखे वाटले. चौपाईच्या आधाराने तो स्वत:ला सावरून खाली बसला.

रूपिंदरला काहीच कळेना.

मुकेशनेच तिला बसण्यासाठी खूण केली. ती त्या चौपाईच्या पलीकडे संकोचून बसली.

मुकेशला थोडेफार हिंदी येत होते. त्याने तिला मोडक्यातोडक्या हिंदीत विचारले,

“तुम्ही जालन्यात असताना दक्षिण भारतातली सुमती नावाची तुमची मैत्रीण होती, ती आठवते का?”

रूपिंदरला आश्चर्याचा धक्का बसला.

“होय.” ती म्हणाली.

“मी त्यांचा मुलगा– मुन्ना.”

तिच्या चेहऱ्यावर संमिश्र भावनांचे जाळे पसरले.

ती काहीच बोलली नाही.

मुकेशच पुढे सांगू लागला.

“मी तुम्हाला भेटण्यासाठी इथं आलोय.”

रूपिंदरने अंदाज घेत विचारले, “बेटा, माझा विश्वासच बसत नाही.”

“परवा माझे वडील वारले, तेव्हा मला कळलं, की मी त्यांचा मुलगा नाही. अम्मानं मला खूप प्रेमानं वाढवलं. तिनं तुम्हाला दिलेला शब्द पाळला. मी तिचा मुलगा नाही, असं तिनं कधीही सांगितलं नाही.”

रूपिंदर त्याच्याकडे बघतच बसली. चांगला धष्टपुष्ट झालेल्या आपल्या मुलाला निरखीत होती.

“मी तुम्हाला एक गोष्ट विचारायला आलोय.”

“कसली गोष्ट?”

“आई-वडील आपल्या अपत्यांना कोणत्याही परिस्थितीत दुसऱ्यांच्याकडं

सोपवत नाहीत. कितीही गरिबी असली, तरी ते त्यांचा सांभाळ करतात. मी माझ्या अम्माला खूपदा विचारलं. तुम्ही मला तिच्याकडं कसं सोपवलंत? मला सोडून जायचं तुम्हाला धैर्य कसं झालं?''

''सुमती काय म्हणाली?''

''परिस्थितीच तशी होती. तुमच्यासमोर दुसरा उपायच नव्हता, असं तिनं सांगितलं.''

''सुमती तुला 'मुन्ना' म्हणून हाक मारते का?''

''अम्मा, बाबा, ताई सगळेच मला मुन्ना म्हणतात.''

रूपिंदरला कसली तरी आठवण झाली. ती म्हणाली, ''मीसुद्धा मुन्नाच म्हणत होते.''

''मुलगा अवलक्षणी असला तरी, वाईट पायगुणाचा असला तरी कोणतेही पालक आपला मुलगा दुसऱ्यांना देत नाहीत. माझ्या वडिलांना आपण केलेल्या चुकीबद्दल कधी पश्चात्ताप वाटला नाही का? आपल्या मुलाला परत घेऊन यावं असं कधी वाटलं नाही का?''

''बेटा, मला हजारदा वाटलं तसं. रात्री झोपलेली असताना आकाशातल्या नक्षत्रांकडं बघताना मला वाटायचं, की माझा मुन्नासुद्धा याच नक्षत्रांकडं बघत असेल. आपण एकमेकांना पुन्हा भेटूच शकणार नाही, या कल्पनेनं मी पूर्ण उद्ध्वस्त झाले. मुन्ना, मी अशिक्षित आहे. माझ्याकडं पैसा नाही. मी तर अशी परस्वाधीन. मग काय करू सांग?''

''तू वडिलांना आग्रह का केला नाहीस?''

रूपिंदर गप्प बसली. मुकेशने पुन्हा तोच प्रश्न विचारला.

मान खाली घालून पण शांतपणे रूपिंदर सांगू लागली, ''मुन्ना, तू माझा आहेस. तू त्यांना त्यांचा मुलगा वाटत नव्हतास, हे खरं आहे. त्यामुळं तुला सोडून राहणं त्यांना कठीण गेलं नाही; पण माझं तसं झालं नाही.''

मुकेशला अंगावर वीज कोसळल्यासारखं वाटलं. म्हणजे आपण रूपिंदर-सुरिंदर या जोडप्याला झालेला मुलगा नव्हे? तर मग आपला बाप कोण? त्याचे मन चडफडू लागले. त्याने विचारले, ''माझे वडील कोण?''

८

रूपिंदर ही भटिंड्याजवळच्या एका खेड्यातली मुलगी. देखणी पण गरिबीत वाढलेली. आपल्या मोठ्या भावाकडे लहानाची मोठी झाली. अंगाने धष्टपुष्ट. शेतकामात फारच हुषार. दोघींची कामे एकटी करायची.

रूपिंदर त्या खेड्यातल्या सगळ्यांची लाडकी. कुणाच्या घरचे कार्यक्रम तिच्याशिवाय होत नसत.

ती घरातली सगळी कामे करीत असे. वहिनीला तिने कधीच दुखविले नव्हते.

–पण गरिबीने गांजलेल्या भावाला ती जड वाटू लागली होती. तिची वहिनी सारखे म्हणायची, ''हिचं लग्न करून दिलं म्हणजे आम्ही सुटलो.

काही दिवसांनी वहिनीच्या भावाने एक स्थळ आणले. पंजाबपासून दूरवर असलेल्या महाराष्ट्रातल्या जालन्यात राहणाऱ्या सरदारजींचे घराणे होते.

संपन्न असा पंजाब प्रांत सोडून अनोळखी अशा जालन्यात जाण्याची रूपिंदरची मानसिक तयारी नव्हती.

–पण हिचे ऐकणार कोण? गोठ्यातल्या म्हशीजवळ उभारून तिने आपल्या अश्रूंना वाट करून दिली. आतून ती खूपच दुखावली गेली.

वहिनीचा भाऊ म्हणाला, ''रूपिंदर, तू फार भाग्यवान आहेस. या स्थळाकडून होकार आला, तर तुला परदेशी जाण्याची संधी मिळेल.''

त्याच्या बोलण्याचा तिला अर्थच कळला नाही.

सुरिंदर जालन्याहून आला. त्याने तिला पाहिले अन् होकार दिला. तेव्हा रूपिंदर अवघी सतरा वर्षांची होती.

लग्न झाले.

जालन्यातल्या एका एजंटाने सुरिंदरला गाठले. कॅनडा, अमेरिका यांसारख्या देशात शेतमजुरांना पाठविण्याचे त्याने कंत्राट घेतले होते. त्याने सुरिंदरच्या मनात

कॅनडाला जाण्याचे भरवले. म्हणून तर त्याने रूपिंदरशी लग्न केले. त्या एजंटाने नवरा-बायकोच्या डोक्यात कॅनडा-अमेरिकाबद्दल खूप काही भरविले. तिथे राहून श्रीमंत होण्याची स्वप्नेही त्याने त्यांच्या मनात उभी केली. परविंदरनेही असेच सांगितले होते.

लग्न झाल्यावर सहा महिन्यांत ती दोघे कॅनडा आणि कॅलिफोर्नियाच्या प्रवासाला निघाली.

ती दोघे तिथे खूप राबली. शीख लोकांच्या वसाहतीतच ती दोघे राहत असल्यामुळे त्यांना विशेष त्रास झाला नाही; पण त्यामुळे सुरिंदर खेडवळच राहिला. त्याला इतरांची भाषा शिकणे जमलेच नाही.

ती दोघे कॅलिफोर्नियाच्या सॅक्रेमेंटमध्ये राहू लागली. सात वर्षे ती भारतात आलीच नाहीत. त्यांच्या इच्छा पूर्ण झाल्या. सुरिंदरने तिथेच एक मोठे शेत विकत घेतले. अधुनमधून जालन्याला पैसेही पाठवीत होता. त्याने अमेरिकेचे नागरिकत्वही स्वीकारले होते.

सुरिंदर आनंदात होता.

शेतातच बांधलेल्या छोट्याशा टुमदार घरात ती दोघेच राहात होती. त्यांनी शेतातल्या कामासाठी दोन नोकर माणसेही ठेवली होती आणि हळूहळू त्यांचा शिखांबरोबरचा संपर्क कमी होत गेला.

सामान्यपणे अमेरिकेत काळे किंवा गोरे मजुरीचे काम करीत नाहीत. अशा कामांसाठी रेड इंडियन्स उपलब्ध असतात. निळ्या डोळ्यांची ती माणसे फार सज्जन असतात; पण इतर माणसांपेक्षा फार चतुर असतात.

सुरिंदरला आपल्या शेतात काम करण्यासाठी एक जोडपे मिळाले. शंटो बिगाट आणि नेनी बिगाट या जोडप्याला सहा वर्षांचा एक मुलगा होता, त्याचे नाव रॉबी बिगाट.

बदलत्या परिस्थितीशी रूपिंदरने लवकरच जमवून घेतले.

ती कधीच एकटी राहिलेली नव्हती. आता तर तिला माणसे हवीत असे वाटू लागले होते. अलीकडे तर तिला आपल्यालाही मुले असती तर किती बरे झाले असते, असे वाटू लागले होते. लग्नाला सात वर्षे होऊन गेली होती. आपण वांझ तर नाही ना अशी तिला भीती वाटू लागली होती.

सुरिंदरचे जगच वेगळे होते.

रूपिंदर जे राबायची त्याचा सगळा पैसा नवऱ्याकडे द्यायची. तिला नुसते राबणे एवढेच माहीत होते. मूल झाले तर तिला काम करता येणार नाही म्हणून सुरिंदरने रूपिंदरला मातृसुखापासून वंचित ठेवले होते.

दोन-तीन वर्षे पीक भरपूर आले, की मग जालन्यातल्या आपल्या नातेवाईकांना तिथे बोलावून घ्यायचे आणि सगळ्यांनी मिळून शेतात राबायचे. मग पैशाचा पाऊस पडेल. आणखी पाच-सहा शेते विकत घेता येतील, अशी स्वप्ने पाहत सुरिंदर खूष होता.

या अंदाजानेच सुरिंदरने शेतात कोबीची लागवड केली. पीकही भरपूर आले. त्या पैशातून त्याने ट्रॅक्टर, दोन कार, एक जीप विकत घेतली. अमेरिकेत हप्त्याहप्त्याने काहीही विकत घेण्याची सोय होती.

त्याने पुढच्या खेपेला कॉली फ्लॉवर लावला. अमेरिकेत तर याला फारच मागणी असते. त्याने त्याच्यासाठीची गिऱ्हाइकेही आधीच शोधून ठेवली होती.

रूपिंदरही आता आनंदात होती. तिला दिवस गेले होते. नेनीलाही दिवस गेले होते; पण या दोघींच्या मातृत्वात एक महिन्याचे अंतर होते.

रूपिंदर मजुरांच्या बरोबर मोकळेपणाने गप्पा मारायची, ते सुरिंदरला आवडत नव्हते; पण एकाकी वाटत असल्यामुळे तिला हल्ली नेनीची संगत हवीहवीशी वाटू लागली. नेनी ही खूप चांगली बाई. तिलाही तिच्या नात्यातले कुणीच नव्हते. त्यात रूपिंदरचे पहिले बाळंतपण. त्यामुळे त्या दोघी एकमेकींना धीर देत राहात होत्या.

पोटात दुखू लागले तेव्हा घरापासून जवळच असलेल्या 'रुझवेल्ट वेलफेअर हॉस्पिटल'मध्ये रूपिंदर दाखल झाली. नेनी तिच्याबरोबर येऊन राहिली. कीटकनाशकांचा फवारा मारण्यासाठी सुरिंदर आपल्या शेतात निघून गेला.

प्रसूतीच्या वेळी नेनी रूपिंदरजवळच होती. डिसेंबरच्या एकतीस तारखेला कडाक्याच्या थंडीत रूपिंदरने मुलाला जन्म दिला खरा; पण ते मूल मृत जन्मले. रूपिंदरला फार वाईट वाटले.

दुसऱ्या दिवशी सकाळी नेनी आलीच नाही. आख्ख्या अमेरिकेत नववर्षाचा पहिला दिवस धुमधडाक्यात साजरा केला जातो. रूपिंदर मनातून फार दुःखी झाली होती. मैत्रीण नव्हती आणि नातेवाईकही जवळ नव्हते.

कुणीच आले नाही, तशी ती फारच दुःखी झाली. थोड्या वेळाने सुरिंदर आला. त्याच्याकडून कळले, की नेनीचीही प्रसूती झाली होती. तिला मुलगा झाला होता; पण तो अपुऱ्या दिवसांचा जन्मला होता. रूपिंदरला वाटले, परमेश्वराने आपल्याला प्रसाद दिला नाही; पण नेनीला तरी दिला, हे बरे झाले.

सबंध रात्र त्या बाळाने रडून काढली. रूपिंदरला झोपच लागली नाही.

दुसऱ्या दिवशी आपल्या बाळाला बघण्यासाठी शंटो आला; पण त्याचा चेहरा पडलेला होता. तो रूपिंदरला भेटायला आला होता.

"मुलाला दूध पाहिजे. या खेपेला का कुणास ठाऊक, दूधच आले नाही. बियर पाजवली की दूध येतं म्हणे. तिला भरपूर बियर पाजवली; पण दूध आलं नाही. आजुबाजूची सगळी माणसं बाळाच्या रडण्यानं चिडली आहेत."

शंटोचे बोलणे ऐकून पुढारलेल्या देशातल्या लोकांच्या ठिकाणी सहनशीलता कमीच असते की काय कोण जाणे, असे रूपिंदरला वाटले.

रूपिंदरला तर दूध भरपूर येत होते. छाती सुजत होती. थोडा तापही आला होता. नर्सला तिने विचारले तर ती म्हणाली होती, "ही गोळी घ्या आणि छातीला पट्टी बांधून घ्या. दोन दिवसांत दूध आटून जाईल."

–आणि ती निघून गेली.

रूपिंदर कुशीवर वळली. छाती जड झाली होती. तिला आपल्या खेड्यातली आठवण झाली.

ज्या आईला दूध येत नसे, त्या आईची मुले गायीच्या किंवा म्हशीच्या आचळांना लुचायची, नाही तर ज्या आयांना दूध येत होते अशा आया अगदी वात्सल्याने इतरांच्या मुलांना दूध पाजायच्या. रूपिंदरच्या आईनेही असे केले होते, ते तिच्या लक्षात होते.

'परमेश्वराने मूल तर दिले नाही. निदान त्याने दिलेले दूध तरी आटू द्यायला नको. आपण नेनीच्या बाळाला दूध पाजले तर?' रूपिंदरच्या मनात विचार येऊन गेला.

तिच्या डोक्यात सारखा तोच विचार घोळत होता. सुरिंदर तिला भेटायला आला, तेव्हा तिने त्याला हा विचार बोलून दाखविला. सुरिंदर म्हणाला, "ते नोकर आहेत. शिवाय, हा देश आपला नाही. ते कुठले आहेत कोण जाणे. तू दूध पाजवू नकोस."

अमेरिकेतल्या नर्सने तर 'अगदीच विचित्र इच्छा' असे म्हणून तिची हेटाळणी केली होती.

रूपिंदरला राहवले नाही. सुरिंदर नसताना ती त्या बाळाला मांडीवर घेऊन अगदी आनंदाने त्याला भरपूर दूध पाजायची.

जसे मूल दूध पीत होते, तसे दूध जोरात येत होते. तिने त्या मुलाला प्रेम दिले, वात्सल्य दिले.

त्या मुलाला छातीशी घेऊन ती स्वतःच्या नकळतपणे आपल्या भाषेत त्या बाळाला 'मुन्ना' म्हणून हाका मारू लागली.

●

रूपिंदरच्या सुरकुतल्या चेहऱ्यावर तिच्या अश्रूंनी धार धरली. दुसऱ्याच्या बाळाला आपले समजून दूध पाजवले होते तिने.

"मुन्ना, मी तुला जन्म दिला नाही. पोटात नऊ महिने वाढविलं नाही; पण मी तुला पोटभर दूध पाजलंय."

मुकेश काहीच बोलला नाही.

त्याची परिस्थिती त्याच्या हाताबाहेर गेली होती. आपण भारतीयही नाही. आतापर्यंत स्वत:ला भारतीय म्हणवत होतो. आता रेड इंडियन म्हणवून घेत आहोत, याबद्दल त्याला उदास वाटू लागले.

त्याच्या जन्माचे मूळ शोधायला जावे, तितके ते खोलवर जात होते. त्याच्या जीवनाचे एकेक रहस्य उलगडत जात होते. त्याला वाटत होते, आपण सगळंच गमावून बसलो आहोत. आकाशात भराऱ्या मारणाऱ्या पक्ष्याचे घरटेच उद्ध्वस्त झाल्यासारखे वाटले त्याला.

आपण अनाथ आहोत!

आपण कोण? आपले ठिकाण कोणते? आपण जीवनप्रवासात एखाद्या फुटबॉलसारखे इथेतिथे लाथाडले जात आहोत, असे मुकेशला वाटले.

त्याला बोलताच येईना.

रूपिंदरला त्याचे दु:ख कळाले नाही. ती आत गेली. हातात एक ताटली घेऊन आली.

"मुन्ना, तू लहान असताना तुला परोठा खूप आवडायचा. मी सुमतीलासुद्धा परोठा कसा करायचा, ते शिकविलं होतं. अजूनही आवडतो का तुला?"

मुकेशने होकारार्थी मान हलविली.

आपण इथे कसे आलो? त्याच्या मनात पुन्हा प्रश्नांचे थैमान सुरू झाले.

•

रूपिंदर आणि नेनी घरी परतल्या होत्या. घरातली, शेतातली कामे नेहमीसारखी सुरू झाली. मुलाला रूपिंदरच्या घरी सोडून ती दोघे कामाला जात होती.

सुरिंदरला माहीत न होऊ देता रूपिंदर बाळाला दूध पाजत होती. दूध पिऊन बाळ आनंदात खेळत राहात होते.

तो मे महिना होता. कॅलिफोर्नियात वसंतऋतू सुरू झाला. आकाश स्वच्छ होते. हिंदु कालगणनेप्रमाणे त्या दिवशी बुद्ध पौर्णिमा होती. बाहेर पीठ सांडल्याप्रमाणे चांदणे पडले होते. सुरिंदर खूप दारू पीत होता. रूपिंदर त्याच्या पिण्याला कंटाळली होती. कुठेही जाण्यासारखी परिस्थिती नव्हती. गेल्या आठ वर्षांत ती

भारतात आली नव्हती. तिला आपल्या गावातल्या जुन्या आठवणी येऊ लागल्या.

मोहरीच्या पिवळ्या रंगाच्या फुलांनी बहरलेली शेते, बाजूने असलेल्या आंब्याच्या झाडांच्या रांगा, कालव्यातून झुळझुळत वाहणारे पाणी, स्वयंपाकघरासमोरच्या अंगणात सारखे चालणारे खेड्यातल्या मुलींचे वेगवेगळे खेळ, त्यांची गाणी वगैरे. त्यांच्याबरोबर खेळताना ती सगळ्यांच्या पुढे पुढे असे. नुकतीच मिसरूड फुटलेली मुले तिच्याकडे चोरट्या नजरांनी बघायची. ते मुक्तपणाने बागडण्याचे दिवस तिला आठवत होते. तिच्या लहानपणच्या मैत्रिणी तिला आठवत होत्या. तिच्या मनात आठवणींचे पक्षी विहरत होते.

तेवढ्यात बिगाट कुटुंब आले. शेजारच्या खेड्यात त्यांचे लोकनृत्य होते. त्यांनी अंगावर वेगवेगळी आभूषणे चढविलेली होती. त्यांच्या मुलाने लाल-निळ्या रंगाचे कपडे घातले होते; पण त्या बाळाला मात्र साधेच कपडे घातलेले होते.

"रूपिंदर, तुम्हीही येऊ शकता हं.'' बिगाटने तिला सांगितले.

–पण सुरिंदरने परवानगी दिली नाही. त्या रेड इंडियन लोकांबरोबर त्याचे कधीच जमले नाही. शिवाय, आता त्याच्या हातात पैसा खेळत होता. त्यांच्याबरोबर सुरिंदर, रूपिंदरसारखा मोकळेपणाने वागत नव्हता.

"आम्हाला तुमची जुनी कार देता? रात्री जाऊन सकाळी येतो. आज एक दिवस द्या ना.''

बिगाटने विचारले. सुरिंदर एरवी तयार झाला नसता; पण दारूच्या नशेत त्याने गाडी देण्याचे कबूल केले आणि गाडीची किल्ली दिली.

ते सगळे निघून गेले. रूपिंदरला रडू कोसळले. तिला आपण एकाकी आहोत, असे वाटू लागले.

मध्यरात्री पोलीस ठाण्यातून फोन आला. त्यांच्या कारला अपघात झाला होता. ती बातमी ऐकताच सुरिंदरची नशा उतरली.

अर्वाच्च शिव्या देत तो पोलीस ठाण्यात आला. त्या रात्री घरात एकटीनेच राहण्याच्या भीतीने आणि बिगाट कुटुंबीयांनाही भेटल्यासारखे होईल म्हणून रूपिंदरही त्याच्याबरोबर निघाली.

रस्त्यातून जाताना अपघात झाला होता. कारचा चुराडा झाला होता. शंटो रस्त्यातच मेला होता. नेनीसुद्धा शेवटचे क्षण मोजत होती. आश्चर्याची गोष्ट ही, की त्या बाळाला काहीही झाले नव्हते.

नेनीने रूपिंदरचा हात हातात घेतला आणि ती काहीतरी पुटपुटली. झोपलेल्या बाळाकडे बोट दाखवीत ती पुन:पुन्हा काहीतरी सांगत होती.

भाषा कुठलीही असली म्हणून काय झाले? मरणाच्या दारात असलेली आई आपल्या बाळाबद्दल काय सांगत होती, ते रूपिंदरला समजले. तिने तिचा हात हातात घेऊन 'ठीक आहे' असे आश्वासन दिल्यासारखी मान हलविली.

थोड्याच वेळात नेनीने प्राण सोडले. त्यांचा सहा वर्षांचा मुलगा, खूप शोधाशोध करूनही सापडला नाही.

सुरिंदरला न विचारताच नेनीने रूपिंदरकडून आश्वासन घेतले होते; कारण मृत्यूची छाया पसरलेली असताना त्या आईला तो एकमेव आधार होता.

सुरिंदर पोलिसांच्या बरोबर इन्शुरन्सबद्दल काहीतरी बोलत होता.

रूपिंदर पोलिसांना म्हणाली, "तुम्ही यांच्या नातेवाईकांशी संपर्क साधा. तोपर्यंत मी या बाळाला ठेवून घेते. आमचा पत्ता आणि फोन घ्या.''

तिने आपला पत्ता सांगितला.

पोलिसांच्या भीतीने सुरिंदर काहीच बोलला नाही.

मुन्ना रूपिंदरच्या घरी आला तो असा.

पुढच्या सहा महिन्यांत नेनीचे कुठलेच नातेवाईक आले नाहीत, की त्यांनी साधी विचारपूसही केली नाही. पोलिसांनीच त्या बिगाट दांपत्याचा अंत्यसंस्कार केला. त्यांचा सहा वर्षांचा मुलगा रॉबी शेवटपर्यंत मिळाला नाही.

त्या मुन्नाचे काय करायचे, असा त्यांना प्रश्न पडला.

मुन्ना सुरिंदरच्या घरात त्यांच्या मुलाप्रमाणे वाढत होता. रूपिंदरनेही स्वत:च्या मुलासारखाच त्याचा सांभाळ केला होता; पण सुरिंदर मात्र अधूनमधून तक्रार करीत होता.

"हे असं अजून किती दिवस चालायचं?'' त्याने रूपिंदरला विचारले.

रूपिंदर म्हणाली, "बघूया, त्याचे नातेवाईक आले, ओळख पटली तर देऊ या. परमेश्वराने आम्हाला मूल दिलं नाही. हे मूल जेवढे दिवस राहतं, तेवढे दिवस राहू दे.''

पिकं कापणीला आली. सुरिंदर त्या कामात गुंतून गेला. दुर्दैवाने त्या वर्षी म्हणावा तसा फायदा झाला नाही. त्याचे कर्ज वाढत गेले.

पुढच्या खेपेला सुरिंदरने कोलंबियाच्या मजुराला कामावर ठेवले होते; पण आधीच्या मजुरासारखे यांचे त्याच्याशी जमले नाही.

सगळ्यांना वाटायचे, की मुन्ना हा सुरिंदरचाच मुलगा आहे. त्याचा चेहराही भारतीयांच्यासारखा दिसत होता.

काही दिवसांनी पोलीस आले आणि म्हणाले, ‘‘तुम्ही या मुलाला दत्तक तरी घ्या, नाही तर अनाथाश्रमात तरी ठेवा.’’

त्या मुलाला अनाथाश्रमात ठेवायला सुरिंदर एका पायावर तयार झाला.

रूपिंदर अनाथाश्रम बघून येण्यासाठी म्हणून निघाली. मोठ्या अंगणात वेगवेगळ्या वयाची मुले खेळत होती. त्या मुलांना सांभाळण्यासाठी फक्त दोघीच आया होत्या. शिवाय, रात्रपाळीत काम करीत होत्या. तिथले सगळे काही चांगले होते; पण त्या मुलांना प्रेम मिळत नव्हते.

मुन्नाला अनाथाश्रमात सोडून यायला रूपिंदरचे मन तयारच होत नव्हते. अशा ठिकाणी वाढलेल्या मुलांना घराची कल्पनाच नसते. आई-वडिलांचे प्रेम कसे असते, हेही माहीत नसते.

रूपिंदरने तिथल्या वॉर्डनला विचारले, ‘‘इथे मोठी झालेली मुले पुढे काय करतात?’’

‘‘आम्ही त्यांना त्यांच्या वयाच्या अठराव्या वर्षांपर्यंत ठेवून घेतो. पुढचे त्यांचे त्यांनी बघायचे.’’

गरिबी असली तरी हरकत नाही; पण मुले आईच्या पदराखालीच वाढली पाहिजेत. मुन्नाला इथे ठेवले तर त्याचे काय होईल कोण जाणे? त्याच्या ठिकाणी कणखरपणा, विश्वास या गोष्टी येतील काय? या देशात कोणत्याही वयात नोकरी मिळू शकते; पण मनाला शांतता नको का? रूपिंदर विचार करीत होती.

रूपिंदर घरी परतली आणि तिने आपल्या आयुष्यात पहिल्यांदा स्वत: निर्णय घेतला.

●

सुरिंदरला रूपिंदरच्या या निर्णयाचा राग आला.

‘‘कुणाच्या तरी रक्ताचा, कुठल्या तरी देशाचा, परक्यांचा हा मुलगा आपल्याला कशाला हवा? अनाथाश्रमात जाऊन त्याला तिथं सोडून येऊया.’’

‘‘मी तुमच्याबरोबर सात-आठ वर्षं गाढवासारखी राबले. तुमच्याकडं एकदाही मी एखादा डॉलरसुद्धा मागितला नाही. मला तुम्ही माझी मजुरी दिली असती, तरी मला भरपूर पैसा मिळाला असता; पण ही माझी एकच आशा आहे. याला कोणत्याही प्रकारचा त्रास न देता मी याचा सांभाळ करेन. मुलांच्या बाबतीत मी दुर्दैवीच ठरले. पुढंही मुलं झालीच नाहीत तर हा एक मुलगा तरी असू दे.’’

रूपिंदर सुरिंदरवर रागावली, त्याचा थोडा परिणाम झाला. त्याने रूपिंदरचे सांगणे ऐकले. रूपिंदरने सुरिंदरकडे त्यानंतर दुसरे काहीच मागितले नाही.

●

अशा रीतीने मुन्ना हा त्यांचा मुलगा झाला.

रूपिंदरने पोलिसांना मुन्नाच्या भावाचे वर्णन करून सांगितले होते. यदाकदाचित तो त्यांना मिळालाच, तर त्याचा भाऊ दत्तक गेल्याचे त्याला कळावे. एक ना एक दिवस हे भाऊ एकमेकांना भेटतील, अशी वेडी आशा रूपिंदरला होती.

त्याच्या डाव्या गालावर काळा तीळ असल्याचे आणि त्या दिवशी त्याने घातलेल्या कपड्यांचे वर्णन तिने पोलिसांना दिले होते; पण त्याचा काहीच पत्ता लागला नाही.

मुन्ना आता नऊ महिन्यांचा झाला होता. तो हळूहळू चालू लागला; परंतु आता सुरिंदरच्या पाठीमागे त्याचे दुर्दैव हात धुऊन लागले. त्या वर्षीचे सगळे पीक नष्ट झाले. कितीही श्रम घेतले, तरी पीक आलेच नाही. उभ्या पिकाला कीड लागली होती.

सुरिंदर घाबरला. पिकाच्या भरवशावर त्याने भरपूर कर्ज करून ठेवले होते. आता सगळे पीकच नष्ट झाले होते. कर्ज गळ्याशी आले आणि सुरिंदरचे दिवाळे निघाले.

घरात असलेले सगळे सामान, त्याचे पैसे हप्त्याने देण्याच्या बोलीवर घेतले होते. सगळे काही ठीक असेल, तर अमेरिका हा देश एखाद्या सुंदर स्वप्नासारखा वाटतो; पण एखाद्यावर असे दुर्धर प्रसंग आले, म्हणजे पत्त्याच्या डावाप्रमाणे सगळी स्वप्ने उद्ध्वस्त होतात.

घर, शेती सगळे विकून सुरिंदरने आपले कर्ज फेडले.

आपण परत भारतात जावे, असे त्याला वाटू लागले. रूपिंदरलासुद्धा तिथल्या एकाकीपणाचा उबग आला होता. तिच्या मनातसुद्धा भारतात परतण्याची इच्छा होती.

आठ वर्षांपूर्वी हे जोडपे अमेरिकेत जसे आले होते, तसेच रिकाम्या हातांनी ते भारतात परतले. त्यांच्या परिस्थितीत एकच बदल झाला होता, तो म्हणजे आता त्यांच्याबरोबर मुन्ना होता.

रूपिंदरने आपल्या नवऱ्यापासून एक गोष्ट लपवून ठेवली होती.

रूपिंदरला दिवस गेले होते. त्या गोष्टीला दोन महिने झाले, तरी तिने ती गोष्ट सुरिंदरला सांगितलेली नव्हती; कारण तो मुन्नाला अनाथाश्रमात सोडून येईल, अशी तिला भीती वाटत होती.

भारतात परतल्यावर रूपिंदरचे स्वागत झाले; पण त्यात कौतुक नव्हते, आनंद नव्हता. रिकाम्या हातांनी परतल्यावर कोण कौतुक करणार?

सुरिंदरची आई तर फारच निराश झाली. ते सगळेजण अमेरिकेला जाण्याची

स्वप्ने पाहत होते. नेहमी त्याच विचारात असायचे आणि अचानकपणे त्यांचे स्वप्न असे चक्काचूर झाले.

त्यांचा राग ते आता छोट्या मुन्नावर काढू लागले. उजव्या पायावर काळा तीळ असला, की तो वाईट पायगुणाचा असा त्यांच्यात समज होता. याच मुलामुळे त्यांच्यावर अशी वाईट वेळ आली. तो अपशकुनी आहे, तो आपल्या रक्ताचा नाही, की आमच्या देशाचा नाही, असे सांगून त्यांनी सुरिंदरच्या डोक्यात मुन्नाबद्दल विष भिनवले.

सून गरोदर असल्याचे सासूला कळले. आपलाच नातू जन्माला येत असताना दुसऱ्यांचा मुलगा कशाला, असा विचार त्या सासूने केला.

तिच्या अशा वागण्यामुळे रूपिंदरला खूप त्रास होऊ लागला. त्या मुलावर घरची सगळी माणसे खेकसायची. ते बघून तिला आपण या मुलाला अमेरिकेतच सोडून आलो असतो तर खूप बरे झाले असते, असे वाटू लागले. थोड्या दिवसांनी तिला मुलगा झाला; पण म्हणून काही तिचे मुन्नावरचे प्रेम कमी झाले नाही.

'मुन्ना माझ्या भाग्याचा मुलगा आहे. त्याच्यामुळंच मला या खेपेला मुलगा झाला.' असे ती सगळ्यांना सांगत होती.

घरातली सगळी माणसे मुन्नाबरोबर वाईट वागत होती. किशन– रूपिंदरचा मुलगा. त्याच्यावर प्रेम करायचे आणि मुन्नाचा तिरस्कार करायचा, असे चालले होते.

मुन्नाच्या साध्या उठण्या-बसण्यातही त्यांना चुका दिसू लागल्या. त्याने जेवण केले, तरी ते नुकसानीचे वाटू लागले. तो घराचे नुकसान करायलाच आला आहे, असे काहीबाही म्हणू लागले.

मुन्ना हा कायद्यानुसार दत्तक मुलगा असल्याने पुढे-मागे त्यालाही संपत्तीचा वाटा द्यावा लागणार, या विचाराने घरातली माणसे त्रस्त झाली.

अशा वातावरणात मुन्ना कसा वाढेल? त्याला कोण शिकवणार? पैसा कोण देणार? मुन्नाला मजुरीच्या कामाला लावतील की काय, या भीतीने रूपिंदर शहारली.

मुन्ना घराबाहेर पडायलासुद्धा घाबरू लागला. दुसऱ्यांशी बोलायला लाजू लागला.

त्याच दरम्यानच्या काळात रूपिंदरला सुमती भेटली.

सुमती आणि कृष्णराव हे जोडपे रूपिंदरला खूप आवडले. त्यांच्यात मैत्री वाढली आणि सुमतीच्या बोलण्यातून तिला यापुढे मुले होणार नसल्याचेही तिला

कळले. सुमतीला मुन्ना खूप आवडला, हे बघून तिच्या डोक्यात विचार येऊन गेला. हा मुलगा आपल्या घरात राहिला, तर आज ना उद्या त्याला कुठेतरी मजुरी करावी लागणार. नाहीतर तो वाईट संगतीला लागणार. त्यापेक्षा सुमतीसारख्यांच्या घरात वाढला, तर त्याच्यावर चांगले संस्कार होतील. आपल्या घरात राहिला तर सासू, नवरा यांच्या त्रासाला कंटाळून हा मुलगा पळूनही जाईल.

तेवढ्यात जालंधरमधल्या अनाथाश्रमाबद्दल कळले. रूपिंदरने अंत:करणावर दगड ठेवला आणि तिने मुन्नाला सुमतीकडेच देण्याचे ठरविले.

–पण एक गोष्ट तिने सुमतीपासून लपवून ठेवली होती. ती म्हणजे तो मूळचा रेड इंडियन आहे ही. सुमतीने बाहेरचे जग बघितलेले नव्हते, त्यामुळे हा पंजाबी आहे असे सांगितले की तिचा विश्वास बसेल असे तिला वाटले. 'रेड इंडियन' म्हटल्यावर ती नकार देईल, या भीतीने तिने हे सुमतीपासून लपवून ठेवले होते; पण ते रहस्य आज उलगडले.

●

रूपिंदरने सगळे सांगून संपविले. ती मनाने पंचवीस वर्षे मागे गेली होती. मुकेश तसाच बसून होता.

"तुमचा दुसरा मुलगा कुठं आहे?"

"बाळा, तो परसात म्हशी धूत आहे. तूही माझ्याबरोबरच असतास तर आणखी एक म्हैस धूत राहिला असतास."

"तो असा का झाला?"

"आमच्या घरात शिक्षणाचे संस्कार नव्हते. तसं वातावरणच नव्हतं. रोज भांडणं व्हायची. किशनला शिक्षणाची आवड नव्हती. शेती, डेअरी यातच त्याचं लक्ष. सगळं कर्ज फिटल्यावर शेती, गुरं घेणं शक्य नव्हतं. आता त्याला मुलगी कोण देईल? मुन्ना, तुझं लग्न झालं काय रे?"

"झालंय ना, माझ्या बायकोचं नाव वासंती."

"सुमतीनं फार मोठं काम केलं बाबा. सुमती कशी आहे रे?"

"ठीक आहे; पण हा हरप्रीत कसा आहे?"

"अमृतसरचा हरप्रीत खूप चांगला मुलगा. त्याच्या आईनंच हे काम देववलं. या घरची माणसं पण चांगली आहेत. मला जास्त काम लावत नाहीत. फक्त स्वयंपाक तेवढाच करायचा असतो. बेटा, मला फुकटचे पैसे नकोत. या वयात जेवढं शक्य आहे, तेवढं करते."

'हिचं सांगणं अगदी बरोबर आहे,' मुकेश मनात म्हणाला.

"बेटा, हे सत्य तू कुणापुढंही सांगू नकोस. अगदी किशनलासुद्धा! मी तुला प्रेमानं सांभाळलं; पण तुझ्याकडून काही फायदा मिळावा म्हणून नव्हे रे! आताचे दिवस वेगळे आहेत. तुझी कहाणी ऐकताच माझ्यासाठी लोक तुझ्याकडं पैसे मागतील.'' रूपिंदर म्हणाली.

आपल्या अत्यंत गरीब परिस्थितीतही रूपिंदरने मुकेशला पैसे विचारले नाहीत. शिवाय, युक्तीच्या चार गोष्टी सांगितल्या.

त्यांचे बोलणे संपत आले. बराच वेळ झाला होता.

"मी अमृतसरला जातो. उद्या सकाळी तू आणि किशन, बसस्टँडवर माझी वाट बघा. हरप्रीतच्या आईला पण तुम्हाला भेटायचंय म्हणे. मी येतो आता.''

रूपिंदर मुकेशला पोचवण्यासाठी फाटकापर्यंत आली. ती म्हणाली, "उद्या नक्की ये हं.''

टॅक्सी बाहेर थांबली होती. मुकेशने दुपारचे जेवण केले नव्हते. रूपिंदरनेही स्वयंपाक केला नव्हता.

म्हशीला आंघोळ घालून किशन शेताकडे गेला होता. आपली आई एका अनोळखी माणसाबरोबर बोलत असल्याचे त्याने पाहिलेच नव्हते.

मुन्नाने टॅक्सीवाल्याला निघण्याची खूण केली. मुन्ना काहीही बोलण्याच्या मन:स्थितीतच नव्हता.

टॅक्सी अमृतसरच्या वाटेने निघाली. मुन्नाच्या मनात काय चालले होते, ते टॅक्सीवाल्याला कसे समजणार?

"साहेब, कुठल्यातरी ढाब्याजवळ टॅक्सी थांबवायची का?''

विचारात गढून गेलेला मुकेश भानावर आला.

"चालेल.''

रणरणत्या उन्हात रस्त्याच्या बाजूने टॅक्सी थांबली.

मुकेशने आपल्याला जेवण नको असल्याची खूण केली.

तो दिङ्मूढ झाला होता.

आधी त्याचे घराणे, नंतर पळून गेलेला त्याचा मोठा भाऊ, आपल्याला दूध पाजविणारी ती म्हातारी रूपिंदर, हा व्यूह त्याला भेदता येईना.

त्याच्या डोळ्यांसमोर रोड हातापायांची, पिकलेल्या पांढऱ्याशुभ्र केसांची रूपिंदर दिसत होती.

आपल्याला दूध पाजवून जिने 'मुन्ना' हे नाव ठेवले, ती महामाता होय.

तिच्या म्हातारपणात तरी तिला सुख मिळाले पाहिजे. तिच्यासाठी एक घर, भावासाठी एक शेत, पाच-सहा म्हशी घेऊन दिल्यावर तिचे म्हातारपण सुखा-

समाधानात जाईल.

श्रीमंत रावसाहेबांचे आपण श्रीमंत चिरंजीव होतो. आपण आईला काय वाटेल ते देऊ शकलो असतो.

–पण आजची परिस्थिती वेगळी आहे. आपल्या पगारातून जी काय शिल्लक राहिली असेल, त्यातूनच द्यायला हवे. वासंतीलाही विचारले पाहिजे.

तिला काय आणि कसे विचारायचे?

तुझा नवरा रेड इंडियन आहे, त्याला जिने सांभाळले, ती पंजाबी. जिने पालन-पोषण केले, ती कर्नाटकातल्या ब्राह्मण कुटुंबातली आहे आणि आता जिने आपल्याला सांभाळले, त्या बाईला आधार द्यायला हवा.

हे सांगितले तर वासंतीला काय वाटेल? हे सगळे सहन करण्याची तिच्या ठिकाणी ताकद असेल का? आणि तसे स्पष्टपणे सांगण्याचे धैर्य आपल्यात आहे का?

–पण त्या आईचे ऋण फेडल्याशिवाय जगता येणे अशक्य आहे.

कृष्णराव आपल्याला सांगायचे, 'मुला, कृतज्ञता ही सगळ्यात मोठी चीज आहे आणि ती फारच थोड्या माणसांत असते.'

–आणि ते वागलेही तसेच. आपण त्यांचा सांभाळलेला मुलगा आहोत ना? मुकेश आपल्याच विचारात होता.

अमृतसरला पोचल्यावर पहिल्यांदा त्याने वासंतीला फोन लावला.

''काय हो, तुमच्याकडून काहीच बातमी नाही.''

''मी अमृतसरमध्ये आहे.''

''मला वाटलं, गंगा आणण्यासाठी तुम्ही हरिद्वारला गेलात.''

''वासंती, तू ताबडतोब हरप्रीतच्या पत्त्यावर टेलिग्राम ट्रान्स्फरने सहा हजार पौंड पाठवून दे.''

''हा हरप्रीत कोण?''

''ते सगळं मी आल्यावर सांगेन. आधी तू त्याचा पत्ता लिहून घे.''

''काय हो, अमृतसरमध्ये जागा वगैरे घेत आहात की काय?''

''नाही गं. एकाला द्यायचे होते, ते राहून गेले होते. लगेच पाठव.''

''या खेपेची तुमची इंडिया ट्रीप वेगळीच वाटते. सगळंच असंबद्ध बोलताहात तुम्ही.''

''तसं काही नाही. मी लंडनला आल्यावर सगळं सांगेन.''

मुकेशने फोन ठेवला आणि दिल्लीतल्या कारकुनाला फोन लावला.

त्या रात्री मुकेशला झोप लागली नाही. कुठून आलो? कुठे चाललो आहोत?

ही अम्मा, वासंती, तिथं मृत्युमुखी पडलेली आपली आई. सगळेच विचित्र. मुकेश पडल्या पडल्या विचार करीत होता.

दुसऱ्या दिवशी मुकेश गुरूप्रीतसिंगच्या घरी गेला.

"हे माझं कार्ड. मी आता पुन्हा तीन महिन्यांनी येईन. यायच्या आधी पत्र लिहून फोन करून येतो. नाही तर माझ्या सहकाऱ्यांना पाठवून देतो. एक कार्यक्रम करायचा आहे."

एवढे सांगून तो बसस्टँडवर आला.

रूपिंदर आणि किशन दोघे त्याची वाट पाहत होते.

मुकेशला बघताच किशनने 'सलाम साब' म्हटले. रूपिंदर काहीच बोलली नाही.

"इथं यायला तुम्हाला काही त्रास झाला काय?"

"सगळ्यांची मर्जी सांभाळणं फार कठीण असतं; पण दुसरा इलाज नाही."

तिने काहीतरी आठवल्यासारखे विचारले, "बेटा, सुमती बुद्धपौर्णिमेच्या दिवशी तुझा वाढदिवस साजरा करून दानधर्म करते काय? मी तिला सांगितलं होतं, तो गुरूकृपेचा मुलगा आहे."

"होय. दानधर्म करते ना."

"बेटा, सोनसाखळी अजूनही आहे?"

किशनला दिसणार नाही, अशा रीतीने मुकेशने गळ्यातली सोनसाखळी तिला दाखविली. रूपिंदर समाधानाने हसली. ते सगळेजण हरप्रीतच्या घरी आले, तेव्हा दिल्लीतला कारकूनही तिथे आला होता.

सगळेजण दिवाणखान्यात बसले होते. मुकेश हरप्रीतला म्हणाला, "हरप्रीत, तू शीख आहेस. वाहे गुरूला साक्ष ठेवून तू मला एक मदत केली पाहिजेस. माझे हे कारकून तुझ्याबरोबर असतील. त्या सहा हजार पौंड रकमेतून मांजीसाठी एक छानसं शेत, दोन म्हशी आणि एक घर विकत घे. तू याच गावचा आहेस. तुला सगळी माहिती असेलच. पैसे कमी पडले, तर माझ्या पत्त्यावर कळव. हे माझं कार्ड."

रूपिंदर घाबरून म्हणाली, "मुन्ना, हे सगळं काय चाललंय? मला काहीही नको. सुमती काय म्हणेल?"

"मांजी, तुम्ही गप्प बसा." मुकेश म्हणाला.

हरप्रीतला आश्चर्य वाटत होते; पण त्याने काहीही विचारले नाही.

"मुनशीजी, ही माझ्या आईची इच्छा आहे. तुम्ही सगळे मिळून किशनबरोबर बसून विचार करा."

मुकेशचे बोलणे ऐकून हरप्रीत, कारकून आणि किशनसिंग हे सगळे गोंधळले. सव्वा चार लाख रुपये म्हणजे ही रक्कम लहान नव्हती. तेही एका अनोळखी गृहस्थाकडून यावेत म्हणजे? मागची ओळख पटल्यामुळे आईच्या मैत्रिणीला एवढी मोठी रक्कम द्यायची म्हणजे? हे चालले आहे तरी काय?

मुकेश पुढे म्हणाला, ''माझी अम्मा सुमती आणि रूपिंदर या दोघी मैत्रिणी आहेत. माझी आई अडचणीत असताना रूपिंदरने माझ्या आईला खूप मदत केली म्हणे. त्यांनी केलेल्या उपकाराची कृतज्ञता लक्षात ठेवून माझ्या आईनं हे पैसे दिलेत. तुम्ही नकार दिलात, तर तिला खूप वाईट वाटेल.''

कारकुनाला सुमतीचा दानशूर स्वभाव माहीत होता. तिने या कारकुनाच्या कुटुंबीयांनासुद्धा बऱ्याच वेळा मदत केली होती. कारकुनाला दिल्लीत घर घेण्यासाठी, त्यांच्या मुलीच्या लग्नासाठी न मागता सुमतीने पैसे दिले होते. त्यामुळे त्याला ते खरेच वाटले.

–पण हरप्रीतला हे सगळं नवीन होतं. परवा आपल्या घरी आलेला हा अनोळखी माणूस या म्हातारीला मदत करायची म्हणतो. हा फसवाफसवीचा प्रकार वाटत नाही. शिवाय, त्याच्याबरोबर दिल्लीतला कारकून पण आहे. आपल्याकडून मदत झाली, तर आपल्या आईलाही आनंद वाटेल. गुरू जे चांगले तेच करतो. हरप्रीत मनातल्या मनात म्हणत होता.

हा प्रकार किशनलासुद्धा नवा होता. हा अनोळखी गृहस्थ कोण? आपल्या आईची याची ओळख कशी झाली? आपल्या आईने या साहेबांच्या आईला मदत केली होती म्हणे. आता हे सगळे लोक श्रीमंत झाले आहेत. माणसे चांगली म्हणून मागचे सगळे लक्षात ठेवून आता ते मदतीला धावून आले. असू दे. आईच्या पुण्याईमुळे आपल्याला घर, म्हशी, शेती वगैरे विकत घेता येईल. शेतजमीन गावापासून थोड्या दूर अंतरावर मिळेल. कुठली जागा, कसली म्हैस याबाबत सविस्तर चर्चा केली पाहिजे. या पैशाच्या व्यवहारात मुकेश आणि रूपिंदर या दोघांना तसा रस नव्हता. ते लक्षात आल्याने कारकुनाने हरप्रीत आणि किशनसिंगला शेजारच्या खोलीत जायला सांगितले.

''मांजी, आपण दमला असाल. मुकेशबरोबर बोलायचंय वाटतं तुम्हाला.'' असे म्हणून तो उठला.

त्या खोलीत मांजी आणि मुकेश दोघेच होते. गोंधळलेली रूपिंदर आणि मंदस्मित करीत असलेला मुकेश.

''बेटा, हे काय केलंस? एवढा पैसा? सुमतीला विचारलंस का?''

''तुम्ही कसलाही विचार करू नका. मी विचार करूनच हा निर्णय घेतलाय.''

''बेटा, मी तुला सांभाळलं ते याच्यासाठी नव्हे. उद्या तुला आणि मला कुणीतरी काहीतरी म्हटलं तर?''

रूपिंदर साशंक झाली.

''मांजी, हे मी कमावलेलं आहे. हे मला कुणीही दिलेलं नाही. तुम्ही नाही म्हणू नका. तुम्ही केलेले उपकार काय कमी आहेत का? मला सांभाळलंत, दूध पाजलंत, सुरिंदरचा विरोध पत्करूनही तुम्ही मला अनाथाश्रमात पाठविलं नाही. अनाथाश्रमातच पाठविलं असतं, तर आज मी अमेरिकेत काय करीत राहिलो असतो, कोण जाणे!''

रूपिंदर आतल्या आत रडत होती.

''तुम्ही गरोदर असल्याची गोष्ट लपवून ठेवलीत. अंत:करणावर दगड ठेवून मला अम्माकडं सोपवलंत. हे सगळं कशासाठी? कुणासाठी? फक्त माझ्यासाठी तुम्ही एवढे कष्ट सोसलेत. कितीही संकटं आली तरी तुम्ही त्यांना भीक घातली नाही. माझा हात सोडला नाही. तुमच्या म्हातारपणी मी एवढंसुद्धा करू नये काय?''

मुकेशने रूपिंदरच्या हाडकुळ्या पायांवर डोके ठेवले.

''बेटा, सुरिंदरनं तुला कधीच आपला मुलगा मानलं नाही; पण मी मात्र तुला माझा मुलगाच समजत होते. त्याला तो 'गुरू'च साक्ष आहे. तू एवढ्या कृतज्ञतेनं हे सगळं करतो आहेस, यावरून सुमतीनं तुझ्यावर चांगले संस्कार केलेत हे पटतं. बेटा, वाहे गुरू तुझं रक्षण करो.''

तिच्या डोळ्यांतील अश्रूंनी मुकेश चिंब भिजून गेला. ते आनंदाश्रू होते.

अनेक वर्षे दु:ख भोगत आलेल्या तिच्या जीवनात गुरूकृपेने सुखाचे दिवस आले होते.

''पुढच्या खेपेला येताना सुमती, नीरू, वासंती या सगळ्यांना घेऊन ये.''

आकाशाच्या दिशेने हात जोडत रूपिंदरने गुरूला नमस्कार केला.

●

मुकेश दिल्लीला परतला, तेव्हा त्याला खूप हलके वाटू लागले; पण त्याच्या मनात थोडी काळजी होती.

'आपला सख्खा भाऊ असेल का? तो कुठं असेल? त्याला शोधलं पाहिजे. आपली सगळी हकीगत त्याला सांगितली पाहिजे. या एवढ्या मोठ्या जगात आपण दोघेच एकमेकांना आधार देऊ शकू.' त्याच्या डोक्यात विचार चालू होते.

दुसरीकडे वासंती!

वासंतीला ही सगळी हकीगत सांगितलीच पाहिजे. ती हे सगळे कसे स्वीकारते माहीत नाही.

मुकेश बंगलोरला गेला नाही. त्याने दिल्लीहूनच लंडनला जायचे ठरविले. जाण्याआधी त्याने सुमतीला फोन केला.

त्याच्या जीवनातल्या सगळ्याच घटना विचित्र रीतीने घडल्या होत्या. तीनच दिवसांपूर्वी तो रूपिंदर आणि सुरिंदरसिंग यांचा मुलगा होता, पंजाबी होता, वीस दिवसांपूर्वी सुमती आणि रावसाहेब यांचा एकुलता एक मुलगा होता. भारतीय होता. श्रीमंत होता.

आता तो भारतीयच नव्हता. या मातीतलाच नव्हता. या संस्कृतीतला नव्हता. तो अमेरिकन होता.

हे सुमतीलासुद्धा माहीत नव्हते. समजा, माहीत असते तर तिने मुन्नाला आपल्या मुलासारखे सांभाळले असते का? मुकेशच्या मनात सारखे विचार चालले होते.

बहुतेक तिने असेच प्रेम केले असते. तिचे प्रेम गंगेसारखे पवित्र, सागरासारखे खोल आणि हिमालयासारखे उंच आहे.

हे सगळे फोनमध्ये सांगणे मुकेशला शक्यच नव्हते. कुठून सुरुवात करायची आणि कुठे थांबायचे, याचा विचार करीत होता. काहीच सुचेना.

याबद्दल आताच काहीही न सांगितलेले बरे. पुन्हा एकदा भेटून तिला सगळे सांगावे.

मुकेश बंगलोरला न येता दिल्लीहून थेट लंडनला जाणार, हे ऐकून सुमतीने वेगळाच अर्थ लावला.

''मुन्ना, रागावल्यामुळे तू बंगलोरला येणार नाहीस का?''

''नाही गं अम्मा, मी खरंच रागावलेलो नाही. अमेरिकेत माझं एक तातडीचं काम आहे.''

''मुन्ना, रूपिंदर भेटली होती का रे? कशी आहे रे ती?''

सुमतीला काय सांगावे? ती माझी आईच नाही म्हणून, आपण या देशाचेच नव्हे म्हणून सांगायचे?

फोनवर काहीच सांगू नये, प्रत्यक्ष भेटीतच सांगावे, हे चांगले.

''अम्मा, तुझी आठवण काढली तिनं. नीरू कशी आहे?''

या गोंधळात नीरूकडे कुणीच लक्ष दिले नव्हते. तिलाही वाईट वाटत होते. मुकेशच्या सहीचे कागद सतीशने घेतले, तेव्हा तर तिला मान खाली घालावी लागली होती.

"नीरूला बरं नाही. तिनं फार त्रास करून घेतलाय. तू तिच्याशी बोलायलाच हवंस."

"अम्मा, आणखी तीन-चार महिन्यांनी येतो. आता चाललोय. तू तुझ्या प्रकृतीची काळजी घे."

"मुन्ना, चाललोय म्हणू नकोस. जाऊन येतो असं म्हण."

अम्माने त्याला हळूच उपदेश केला.

■

९

लंडनच्या हिथ्रो विमानतळावर वासंती मुकेशची वाट बघत होती.

तिला बघताच मुकेशला अनेक युगे लोटून गेल्यासारखे वाटले.

वासंतीला काय सांगायचे, सांगायला सुरुवात कशी करायची? या प्रश्नांच्या आवर्तातच त्याने विमानातला वेळ घालविला होता; पण वासंतीला समोर बघताच तो ते सगळे विसरून गेला.

कारमध्ये मुकेश गप्पच बसला होता. वासंतीनेच बोलायला सुरुवात केली.

"बाबा साठ वर्षे जगले. कोणतीच जबाबदारी शिल्लक राहिली नव्हती. मरणही चांगलं आलं त्यांना. 'अनायासेन मरणं, विना दैन्येन जीवनं' हे दोन्ही त्यांना लाभलं. तू आता फार त्रास करून घेऊ नकोस."

"अगं, त्रास त्याचा होत नाही. माझ्यासमोर असलेले प्रश्नच वेगळे आहेत." मुकेश म्हणाला.

घर पूर्वीसारखे होते. वासंतीतही काही फरक झालेला नव्हता; पण मुकेशमध्ये खूपच बदल झाला होता. गेल्या दोन-तीन आठवड्यांत त्याच्या मनाला खूपच त्रास झाला होता. तो त्याचा राहिलाच नाही.

वासंतीला मुकेशबरोबर खूप काही बोलायचे होते. रावसाहेब हे तिचे सासरे असले तरी वासंतीच्या वडिलांच्यापेक्षाही अधिक प्रेमाने तिला त्यांनी वागविले होते. वासंतीच्या वडिलांना मुली म्हणजे तिरस्कार वाटायचा; पण रावसाहेब तसे नव्हते.

ते लंडनला यायचे तेव्हा किंवा वासंती भारतात यायची तेव्हा रावसाहेब वासंतीशी खूप आपुलकीने, प्रेमाने वागत. एखाद्या मित्राने द्यावा, तसा कधीकधी रावसाहेब वासंतीला सल्ला द्यायचे. ती सून असली, तरी त्यांनी तिला आपल्या मुलीप्रमाणेच वागविले.

सुमतीसुद्धा वासंतीबरोबर तशीच वागत होती. काहीही घेतले तरी ती दोन-

दोन वस्तू घ्यायची. नीरजा आणि वासंती या दोघींवर तिने सारखेच प्रेम केले.

हिचे नशीब बघून वासंतीच्या बहिणी कधीकधी शंका घ्यायच्या. तिची मोठी बहीण एकदा म्हणाली, "वासंती, शेवटी कितीही केलं तरी सासू ही सासूच असते आणि सून ही सूनच. तू इथं कशाला राहतेस? तुझी सासू आपल्या मुलीलाच सगळं देत असेल."

आपल्या बहिणींचे हे बोल ऐकून वासंतीला खूप हसू आले होते.

"ताई, माझे सासू-सासरे म्हणजे प्रत्यक्ष पार्वती-परमेश्वर आहेत. तुझ्या सासू-सासऱ्यांसारखं समजू नकोस त्यांना. त्यांनी मला कधीच सुनेसारखं वागवलं नाही. ते माझ्यावर नीरूताईपेक्षाही जास्त प्रेम करतात."

असे सासरे आता नाहीत. वासंती मुकेशचे समाधान करीत होती; पण मनातल्या मनात तिलाही वाईट वाटतच होते. तिचा पाय मोडला होता म्हणून तिला हॉस्पिटलमध्ये राहावे लागले. नाहीतर तीही त्या वेळी भारतात येणार होती. मुकेश नुकताच आला होता. ती मनात विचार करीत होती. आपण अम्माच्या सोबत थोडे दिवस राहायला हवे. भारतात कधी जायचे?

मध्यंतरीच्या काळात मुकेशचे बरेच फोन आले होते; पण त्याचे बोलणे अर्धवटच असायचे. घरात मृत्यु झालेला असताना त्याचे मनही ठिकाणावर नसणार. शिवाय वडिलांच्या मृत्यूचे दुःख मुकेशने खूपच लावून घेतले होते. त्यामुळे त्याने खूप त्रास करून घेतला असावा, असे समजून वासंतीने त्याला जास्त काहीच विचारले नव्हते.

आता नवरा घरी परतला होता. रावसाहेबांना शेवटी शेवटी काही त्रास झाला नाही ना, अमृतसरची ट्रीप कशी झाली, सहा हजार पौंड कशासाठी खर्च केले वगैरे सगळे विचारावे, असे तिला वाटले.

मुकेश गप्प गप्प होता. स्वयंपाकघरातल्या कोपऱ्यात असलेल्या देवादिकांच्या मूर्तीवर त्याची नजर खिळलेली होती.

शुक्रवारचा दिवस. वासंतीने लक्ष्मीपूजन संपवलेले होते. देवासमोर सुरेख रांगोळी काढलेली होती. वाहिलेली फुले, अक्षता वगैरे देवासमोर दिसत होते.

स्वयंपाकघरातल्या भिंतीवर पंचांग लटकले होते.

टी.व्ही.च्या वरच्या बाजूला तिचा लग्नातला फोटो होता. मुकेशच्या मुंजीतलाही एक फोटो होता.

आपण कोण?

मुकेश आपल्याच मनाला हा प्रश्न पुन:पुन्हा विचारू लागला.

"स्वयंपाक झालाय. पानं घेता का?" वासंतीने मुकेशला त्याच्या प्रश्नसागरातून

बाहेर काढले.

तो गावात असे, तेव्हाचे त्याचे हे ठरलेले काम. तो यांत्रिकपणे उठला आणि त्याने ताटे मांडली.

"एवढा कसला विचार करताय?" वासंतीच बोलू लागली.

"तसं काही नाही."

"काय हो, तुम्ही गावाकडली काहीच बातमी सांगितली नाही."

" ...."

"कोण कोण आलं होतं? माझ्या माहेरचं कोण आलं होतं? आईबाबा तेवढे आले असतील. माझ्या बहिणींच्यापैकी कुणी आलं होतं का, हो?"

"सगळे आले होते."

"नीरूताईंनी फार त्रास करून घेतला असेल ना! मी तिच्याबरोबर फोनवरून रोज बोलत होते. तुम्ही तर भेटतच नव्हता."

"होय."

"बाबांचा फोटो एन्लार्ज करून घेऊन याल, असं वाटलं होतं. का आणला नाहीत?"

"होय. ते विसरून गेलो. ते माझ्या मनात भरून राहिलेले असताना त्यांचा फोटो कशाला पाहिजे?"

"अम्मा कशा आहेत? एवढ्या मोठ्या घरात त्या एकट्या कशा राहणार?"

"माहीत नाही."

"अम्मा, नीरूताईंच्या घरी राहायला जाणार नाहीत, हे मात्र नक्की. त्यांचा स्वभाव मला माहीत आहे. तुम्ही त्यांचे चिरंजीव आहात. 'नक्की ये' म्हणून तुम्ही त्यांना सांगायला हवं होतं. अम्मा येऊ दे, मला कोणताच त्रास होणार नाही. त्या घरात असल्या तर घराला शोभा येईल. तुम्ही त्यांना बोलावलंत की नाही?"

मुकेश काहीच बोलला नाही.

वासंतीला काहीच सुचेना. मुकेशला झालंय तरी काय? तिचे मन धास्तावले.

मुकेश हसला. हात धुवून तो सरळ झोपायच्या खोलीत गेला. अंथरुणावर पडून मुकेश पुस्तक चाळत होता. त्याचे मन दूर कुठेतरी भटकत होते.

वासंती आत आली. मोहक हसली. मुकेशच्या जवळ येत तिने त्याला कुशीत घेतले आणि विचारले, "कसला विचार चाललाय एवढा?"

"वासंती, मी तुला एक खरी बातमी सांगणार आहे. तू ती कशी स्वीकारतेस तशी स्वीकार."

गेल्या वीस दिवसांत घडलेल्या विचित्र घटना त्याने एकामागून एक सांगितल्या.

वासंतीचा चेहरा उतरला. या गोष्टीवर विश्वास ठेवणे तिला कठीण जात होते.

"वासंती, मी तुझ्यापासून कोणतीही गोष्ट लपवून ठेवलेली नाही. आता तुझ्या संसाराबद्दलचा निर्णय तू कसाही घेतलास तरी माझं काही म्हणणं नाही. यात तुझा काहीच दोष नाही. मी तर हा असा, परदेशीय, वेगळ्या कुळातला, वेगळ्या जातीतला, कुलगोत्र नसलेला रेड इंडियन. माझ्याबरोबर बायको म्हणून राहावं, असं अजूनही वाटतं तुला? का माझ्यापासून घटस्फोट घ्यावा असं वाटतं? तूच विचार करून काय ते ठरव. बाबांची मालमत्ता आणि पैसा यांना मी हात लावला नाही. आतापर्यंतचे श्रीमंतीचे थाटमाट यापुढे चालणार नाहीत. आता मी अगदी सामान्य माणूस आहे. मी कोण आहे, हे मलाच कळेनासं झालंय."

उशी आणि बेडशीट घेऊन मुकेश बाहेरच्या खोलीत निघाला.

वासंतीला एकटीलाच विचार करू द्यावा, आपल्या संसाराबद्दलचा विचार आणि निर्णय तिलाच घेऊ द्यावा म्हणून तो बाहेर निघून गेला.

वासंतीसुद्धा गोंधळून गेली. काय करावे हेच तिला कळेना. आतापर्यंत तिला याबद्दल कसलीच कल्पना नव्हती. तो ब्राह्मण नाही, पंजाबी नाही, तर चक्क रेड इंडियन आहे. रेड इंडियन म्हटल्याबरोबर डोक्यावर पिसांचे किरीट घालून, तोंडाला रंग लावून नाचणारी माणसे तिच्या डोळ्यांसमोर आली.

आपला नवरासुद्धा त्यांच्यापैकी एक? तिचे अंग शहारले. हा मांसाहारी आहे की काय? नरभक्षक असावा काय? अशा माणसाबरोबर आपले लग्न झाले? तिला घाम फुटला.

दुसऱ्याच क्षणी तिच्या डोळ्यांसमोर मुकेशचे वेगळे रूप उभे राहिले. रेशमी सोवळे नेसून संध्या करून जप करणारा मुकेश. यात त्याचे कुठले रूप खरे आणि कुठले खोटे?

वासंतीच्या दृष्टीने हे लग्न अगदी पारंपरिक पद्धतीने झाले होते. रावसाहेबांची प्रतिष्ठा पाहून वासंतीचे वडील प्रभावित झाले होते. हिचे नशीब पाहून तिच्या बहिणींना हेवा वाटत होता.

रावसाहेबांच्या सामाजिक प्रतिष्ठेबद्दल वासंतीला अभिमान वाटला होता. आता मुकेश रावसाहेबांची संपत्ती नाकारत होता. म्हणजे इतक्या दिवसांची श्रीमंती आता नसणार. एवढी संपत्ती कुणालाच मिळवता आली नसती. मुकेशने नकार देण्याआधी आपल्याला एका शब्दाने तरी विचारायला हवे होते. तिला त्याचा थोडा रागही आला.

जेव्हा ती त्याच्या मनात शिरली, तेव्हा तिला त्याने घेतलेला निर्णय योग्य वाटला. हा पैसा, ही संपत्ती त्याने आपल्याकडेच ठेवून घेतली असती, तर त्याला

सुख कधीच लाभले नसते. सबंध आयुष्यभर त्याला पश्चात्ताप करीत बसावे लागले असते, असे तिला वाटले.

मुकेश आपल्या वडिलांसारखाच निघाला. त्याच्या वडिलांनी आपली संपत्ती मुलाच्या नावाने लिहून दिली; पण त्यांच्याबद्दलच्या कृतज्ञतेमुळे मुकेशने ती संपत्ती त्यांच्या मुलीच्या नावाने लिहून दिली. वडिलांचा वारसा पैशातच मोजायचा असेल तर तो पैसाच नको, असे त्याने ठरविले. हा गुण त्याने त्याच्या वडिलांकडूनच घेतला.

आपण काय करावे, याबद्दल वासंती मोठ्या पेचात पडली. ती तटस्थपणाने विचार करू लागली. गेली दोन वर्षे नवरा आपल्या कर्तव्याला चुकला नाही. त्याने प्रेम दिले, आपुलकी दिली. त्याने कुठेही आणि कधीही फसवाफसवी केली नाही. तो प्रामाणिकपणाने वागत होता. त्याच्या जन्माबद्दल त्याला काहीच माहीत नव्हते. माहीत असते तर त्याने स्पष्टपणे तसे सांगितले असते. त्याने आत्ता सगळे सांगितले तसे. तो काहीही लपवून ठेवणारा नव्हे. पती-पत्नींच्यामध्ये कोणताही आडपडदा नसावा, असे त्याला वाटत होते.

घराण्याचे मूळ शोधायला गेलो तर कुठे जाऊन पोचू, कुणास ठाऊक! मोठी माणसे म्हणतात ते खोटे नाही. 'नदीचे मूळ आणि ऋषीचे कूळ शोधू नये.'

ते काही असो, लग्नाच्या वेळी मुकेश कसा होता, ते आपल्या दृष्टीने महत्त्वाचे. त्याचे घराणे वगैरे नव्हे. वासंतीने मुकेशबरोबर राहण्याचा निर्णय घेतला.

मुकेश आधीच फार दुखावला गेला होता. त्यामुळे या विषयाबद्दल काहीच बोलायचे नाही, असे तिने ठरविले.

वासंतीला केव्हा झोप लागली, ते कळलेच नाही.

दुसऱ्या दिवशी उठून बघते तर मुकेश बाहेरच्या खोलीतल्या सोफ्यावर झोपला होता. त्याला उठवीत तिने प्रेमाने त्याच्या खांद्यावर हात ठेवीत म्हटले, "तुम्हाला आठवतं? तुमच्या सुखदुःखात मी सहभागी होईन, असं मी तुम्हाला लग्नात वचन दिलंय. तुम्ही कुणाचंही अपत्य असलात तरी माझे पती आहात."

मुकेशने कृतज्ञतेने तिचा हात दाबला.

तो ऑफिसात गेला, तेव्हा त्याच्या सगळ्या सहकाऱ्यांनी त्याच्या वडिलांच्या निधनाबद्दल सहानुभूती व्यक्त केली आणि ते आपापल्या जागी जाऊन बसले.

मुकेश आपल्या बॉसला जाऊन भेटला. त्याने त्याला विचारले, "साहेब, मला लगेच अमेरिकेला एक असाइनमेंट आहे. तिथून भारतात जाण्यासाठी एखादं काम मिळेल?"

"अवश्य, आम्ही एक कार्यक्रम करणार आहोत. भारतीय सॉफ्टवेअर इंजिनिअर्स सगळे अमेरिकेकडे वळत आहेत. त्यांच्या जीवनावर आधारित असा एक कार्यक्रम तयार करायचा आहे. तुला हे काम अवघड जाणार नाही."

"हो, अगदी नक्की करेन."

●

मुकेशने त्या दिवशी रात्री वासंतीला म्हटले, "वासंती, तूही ये. तू अमेरिका पाहिली नाहीस ना?"

"आता नको. तुम्ही कशासाठी जात आहात, हे मला माहीत आहे. तुम्ही तिथं तुमच्या भावाला शोधण्यासाठी जात आहात. होय ना?"

"ते तुला कसं कळलं?"

"लग्नाला दोन वर्षं झाली म्हटलं; पण माझं ऐकणार असाल, तर एक सांगू का? तुम्ही त्याचा शोध करायचं सोडून द्या. तुम्ही त्याला कधीही बघितलं नाही. दोघं कधीही एकत्र आला नाहीत आणि तो तर अमेरिकेत वाढलेला. त्याचं आणि तुमचं कसं पटणार?"

"तसं काही नाही. रूपिंदरला बघून कितीतरी वर्षं झाली होती; पण तिच्याकडं बघताच मला अजिबात तसं वाटलं नाही. वासंती, तुला हे कळायचं नाही. मला माझ्या दादाला शोधलंच पाहिजे."

"मी तरी येणार नाही. मी आले तर तुमचा खर्च वाढणार नाही का?"

आता खर्चाचा विचार दोघांनी मिळूनच केला पाहिजे, असेच वासंतीला सुचवायचे होते. पूर्वीची परिस्थिती वेगळी होती. रावसाहेबांना एक फोन केला, की सगळी व्यवस्था होत होती.

बदलत्या परिस्थितीशी जमवून घेण्यासाठी थोडा वेळ लागतो. गरिबीतून श्रीमंतीकडे जाणे सोपे असते; पण उलटा प्रवास फार त्रासदायक असतो.

मुकेशने प्रवासाची सगळी तयारी केली.

●

मुकेश याच्याही आधी अमेरिकेला गेला होता; पण आत्ताचा हा दौरा एकाच कारणासाठी होता.

'सॉफ्टवेअर एक्स्पोर्ट'मुळे आणि संगणक-क्रांतीमुळे अनेक भारतीय अमेरिकेत गेले होते.

याही आधी अमेरिकेत जाणाऱ्या भारतीयांची संख्या कमी नव्हती; पण

सामान्य दर्जाची कामे मिळवण्यासाठी, कामगार म्हणून किंवा हुषार विद्यार्थी म्हणून जाणारेच अधिक होते. आता अमेरिकेला जाणारे प्रोफेशनल होऊन जात होते. अनेक भारतीय, अमेरिकेत जाऊन मोठे उद्योगपती झाल्याची उदाहरणेही होती.

'बे एरिया' हा सॅनफ्रान्सिस्कोजवळ असलेला भाग. हा भाग भारतातल्या कुठल्याही उपनगरासारखाच आहे. तिथल्या भारतीयांच्या जीवनावर आधारित एक कार्यक्रम करण्याची कामगिरी मुकेशच्या बॉसने मुकेशवर सोपविलेली होती.

या खेपेला मुकेशची, अमेरिकेकडे बघण्याची दृष्टीच वेगळी होती. हा देश आपला, आपल्या पूर्वजांचा. गोऱ्या लोकांनी आपल्या लोकांच्यावर गुलामगिरी लादली आणि या देशावर आपला अधिकार गाजवायला सुरुवात केली.

'हा एक अत्यंत समृद्ध असा देश. इथं आपल्या दादाला कसं आणि कुठं शोधायचं?' मुकेशच्या मनात पुन्हा प्रश्नांचं मोहोळ उठलं.

कॅलिफोर्निया हा सुंदर प्रांत आहे. तिथे नुकत्याच सुरू झालेल्या वसंतऋतूमुळे त्याच्या सौंदर्यात अधिकच भर पडली होती. तऱ्हेतऱ्हेची फुले आणि तऱ्हेतऱ्हेच्या आकारातली फळे पाहून डोळे तृप्त होत होते; पण मुकेशचे मन त्यात फार काळ रमले नाही.

मुकेशने कुठेतरी वाचले होते, ते त्याला आठवले, "Indians are intimate without being friendly, westerners are friendly without being intimate."

आपल्या कामाबरोबरच मुकेशने आणखी एक काम केले. ते म्हणजे, त्याने सॅक्रेमेंटच्या जवळ असलेल्या सरकारी हॉस्पिटलचा शोध लावला.

संगणकाच्या सहाय्याने तिथले जुने दाखले मिळविणे सोपे होते. रूपिंदरने सांगितल्याप्रमाणे एकतीस डिसेंबरला तिच्या पोटी मृत बालक जन्मल्याची नोंद होती.

१ जानेवारी १९६८ या दिवशी शेंटो बिगाट आणि त्याची बायको नेनी यांना मुलगा झाल्याची नोंद होती. त्या मुलाचे नाव 'एड्' असे लिहिले होते. याच्याही आधी त्यांना सहा वर्षांचा एक मुलगा होता.

तिथून जवळच्याच पोलीस स्टेशनमध्ये जाऊन त्याने शेंटो आणि नेनी यांच्या मृत्यूचे दाखले पाहिले आणि एड्ला दत्तक दिल्याबद्दलचे कागदपत्रही पाहिले.

तीन-चार स्मशानात जाऊन मुकेशने रॉबीचा शोध घेतला; पण हाती काहीच लागले नाही.

ज्या अर्थी रॉबीच्या मृत्यूची नोंद उपलब्ध नाही, त्या अर्थी तो जिवंत असला

पाहिजे. तो जिवंत असलाच तर कुठल्यातरी अनाथाश्रमात दाखल झाला असला पाहिजे; कारण या देशातल्या कायद्यानुसार रस्त्यावर सापडलेल्या मुलाला कुणालाही आपल्या घरी घेऊन जाता येत नाही, असे त्याला सांगण्यात आले होते.

त्या प्रदेशात दोन अनाथाश्रम होते. पहिल्या अनाथाश्रमात त्या वेळची नोंद नव्हती; पण दुसऱ्या अनाथाश्रमात त्या अपघातानंतर थोड्या दिवसांनी एक मुलगा दाखल झाल्याची नोंद होती.

त्याचा दाखला बघण्यासाठी मुकेश आणि त्याचा तिथला मित्र हे निघाले. त्या दाखल्यात त्या मुलाबद्दलची सगळी माहिती दिली होती. त्याचे नाव होते मार्टिन. रस्त्याच्या कडेला असलेल्या झाडात एक मूल बेशुद्ध होऊन पडले होते. त्याला कुणीतरी पाहिले आणि त्याला अनाथाश्रमात आणून दाखल केले होते. ते मूल अनाथाश्रमात आले, तेव्हाचे त्याचे कपडे, त्या वेळचा त्याचा फोटो हे सगळे तिथे चिकटवलेले होते.

मुकेशचा सहाव्या वर्षी काढलेला फोटो त्याच्यासारखाच दिसत होता. फरक होता, तो त्याच्या गालामध्ये. त्याच्या गालावर काळा तीळ होता.

रूपिंदरने वर्णन केल्याप्रमाणे लाल चौकड्याचा शर्ट त्याच्या अंगावर होता.

त्याचे नाव दुसरे असले तरी तो आपला भाऊच असल्याबद्दल मुकेशची खात्री पटली. पुढे त्याचे काय झाले? तो आता कुठे असेल?

त्या अनाथाश्रमाची वॉर्डन मार्था आता मध्यम वयाची दिसत होती. जुनी सगळी कागदपत्रे काढून बसताना तिच्या मागच्या आठवणी जाग्या झाल्या.

"होय, मार्टिनच्या डोक्याला मार लागल्यामुळे त्यानंतरचे सात-आठ महिने त्याला मागचं काहीच आठवत नव्हतं. त्याला मनोविकारतज्ज्ञाकडे नेल्यावर ते म्हणाले, की त्याची स्मृती सावकाशपणे जागी होईल. त्याच्यासाठी त्याच्यावर कोणत्याही प्रकारचा दबाव आणू नका. त्यामुळे त्याला आम्ही मार्टिन म्हणूनच हाक मारू लागलो. पुढे तेच नाव रूढ झाले.

नंतर त्याची प्रकृती स्थिर व्हायला दोन वर्षं लागली. तो अभ्यासात खूप मागे होता; पण संगीत, चित्रकला, खेळ याची त्याला फार आवड होती.

"इथं किती वर्षं होता?"

"साधारण बारा वर्षं होता. तो कॉलेजला गेला नाही. त्या वयात त्याला इथं राहायचं म्हणजे कंटाळवाणं वाटलं असणार. अठरा वर्षांचा झाल्यावर तो निघून गेला."

"त्याला त्याच्या लहानपणीची आठवण होती का?"

"असेल. इथं कुणाला माहीत असणार? प्रत्येकाला कुठली ना कुठली

समस्या असतेच. याचे कुणीतरी वारसदार असतील तर त्यांनी येऊन भेटावं, असं इथल्या पोलिसांनी जाहीर केलं होतं; पण कुणीही आलं नाही.''

''तो आता कुठं आहे?''

''इथून जो गेला, तो परत काही इथं आला नाही. आपला पत्तासुद्धा त्यानं कळवला नाही. त्यामुळे त्याचा नेमका पत्ता आम्हाला माहीत नाही; पण सहा महिन्यांपूर्वी मार्केट बास्केटजवळ 'मॅक्सी फूड'मध्ये त्याला पाहिल्याचं कुणीतरी सांगत होतं.''

आपला भाऊ रेस्टॉरंटमध्ये वेटरचं काम करतो, त्याच्यावर शिक्षणाचे संस्कार झाले नाहीत. भारतात वाढलेल्या मुकेशला हे सगळे नवीन होते; पण अमेरिकेतल्या मुक्त विचारसरणीत असल्या हळवेपणाला स्थान नव्हते.

मुकेशने टेडचे आभार मानले आणि तो मार्केट बास्केटकडे निघाला.

हा मुकेशचा, आपल्या भावाला शोधण्याचा अखेरचा प्रयत्न होता.

'मॅक्सी फूड'च्या आत पाऊल ठेवताच त्याच्या पोटात ढवळून निघाले. तिथल्या मांसाहारी पदार्थांच्या वासाने त्याला शिसारी आली.

तो टेबलाजवळ जाऊन बसताच एक वेटर आला. मुकेशने वर बघितले आणि त्याला धक्का बसला.

हुबेहूब त्याचीच प्रतिकृती असावी, असे त्याला वाटले. हाच आपला भाऊ. त्याच्या गालावर काळा तीळ आहे. आणखी सहा वर्षांनी आपणही कदाचित असेच दिसू. मुकेश मनातल्या मनात विचार करीत होता.

''तुमचं नाव मार्टिन आहे काय?''

''होय, पण तुम्हाला काय पाहिजे?''

''तुमच्याजवळ थोडं खासगीत बोलायचंय.''

''मग असं करा, अजून अर्ध्या तासानं माझं काम संपेल. तोपर्यंत तुम्ही बाहेर थांबा.''

तिथून कधी एकदा बाहेर पडू, असे मुकेशला वाटत होते. मांसाहारी पदार्थांच्या वासाने त्याला शिसारी आली होती.

अर्ध्या तासानंतर मार्टिन आला. त्याने सिगारेट पेटविली.

''मी मुकेश राव.'' मुकेशने त्याला आपली ओळख करून दिली.

ते दोघे एकमेकांच्यासमोर बसले. एकाच रक्ताचे, एकाच आईच्या पोटी जन्मलेले, अगदी एकसारखे दिसत होते.

''माझ्याजवळ काय बोलायचंय? मी तर तुम्हाला आजपर्यंत कधीच पाहिलं नाही.''

"होय; पण तू तुझ्या लहानपणी सॅक्रेमेंटोत असलेलं तुला आठवतंय?"

"थोडं थोडं!"

"तुला एड् नावाचा लहान भाऊ होता काय?"

"असेल."

"तुझे आई-वडील रस्ता-अपघातात गेले, हे माहीत आहे?"

"होय; पण मी अनाथाश्रमातच वाढल्यामुळे मला मागच्या गोष्टी नीट आठवत नाहीत; पण हे सगळं तुला कशाला पाहिजे?"

"मीच तो एड्."

मुकेशने आपला सगळा इतिहास थोडक्यात सांगितला. सोबत आणलेले पुरावेसुद्धा त्याने त्याला दाखविले.

मार्टिनला आश्चर्य वाटले.

"तुला भेटून आनंद झाला." त्याने अगदी औपचारिकपणे सांगितले.

"तुला मुलं वगैरे काही?"

"मला दोन मुलं आहेत. तुला?"

"मला अजून व्हायची आहेत. मी तुमच्या घरी येऊ शकतो?"

"ये ना. त्यात काय?"

पुढे त्यांच्या बोलण्याचा विषय संपला. एकाच आईच्या पोटी जन्माला येऊनसुद्धा एकत्र न वाढल्यामुळे, एकत्र न खेळल्यामुळे ते एकमेकांना त्रयस्थासारखे वाटत होते. त्या दोघांच्यात कोणत्याही प्रकारचे भावनिक बंधन नव्हते.

मार्टिनचे घर जवळच होते. मार्टिन आपल्या घरी गेला. जाताना त्याने मुकेशला पण नेले. घरात शिरल्या शिरल्या तो सरळ स्वयंपाकघरात गेला आणि त्याने एक पॅक आणले.

"हे गाईचे मांस आहे. मला खूप आवडतं. आज सेलमध्ये गाईचं वासरूच कापलं होतं. त्याचेच तुकडे करून हे असं पॅक करतात." मार्टिनने माहिती दिली.

मुकेशच्या डोळ्यांसमोर सुमती गाईची आणि गाईच्या वासराची पूजा करीत असलेले दृश्य उभे राहिले. सुमती पूजा करीत असताना नीरजा गाईच्या पावलांची रांगोळी काढत होती आणि मुकेश आईच्या सांगण्याप्रमाणे पूजा करीत होता.

गोमांस, वासराचे मांस म्हणजे त्याला कल्पनाच करवेना. गाय ही अत्यंत पवित्र असते. त्याच्या मनावर तसे संस्कार झाले होते.

घराच्या दारावर थाप मारताच एका कृष्णवर्णीय बाईने दार उघडले होते. दोन मुले जमिनीवर खेळत होती. ती साधारण दोन आणि चार वर्षांची असावीत.

"ही माझी बायको आणि ही माझी मुलं जेन आणि जॉन."

घरात दारूचा वास येत होता. गरिबी उठून दिसत होती. ही माणसे इथे कशी राहत असतील, याचे त्याला प्रत्यंतर येत होते.

"हा माझा लहान भाऊ. हरवला होता. आता लंडनमध्ये असतो. मला भेटायला आलाय."

मार्टिनने आपल्या बायकोला मुकेशची ओळख करून दिली.

"प्यायला काहीतरी आणू काय?" तिने विचारले.

"नको."

मुकेशने तिथे थोडा वेळ काढला आणि जाताना त्याने त्या मुलांच्या हातावर शंभर शंभर डॉलर्स ठेवले.

"हे कशासाठी?"

"ही आम्हा भारतीयांची पद्धत आहे."

"–पण एवढे पैसे? फार झाले."

"असू दे."

आता इथे थांबण्यात अर्थ नाही. 'मार्टिनचे जग वेगळे आणि आपले जग वेगळे. फक्त आपल्या रक्ताचा नातेसंबंध आहे एवढेच.' मुकेश मनात म्हणाला.

ज्या भावाला भेटण्यासाठी मुकेशने एवढा आटापिटा केला, तो सगळा व्यर्थ गेल्यासारखे त्याला वाटले. त्याचा भ्रमनिरास झाला.

भारतीय संस्कृतीत वाढलेल्या मुकेशला भाऊ-बहीण या नात्यांबद्दल एक भावनिक ओढ होती. म्हणून तर त्याला आपल्या भावाला भेटावेसे वाटत होते; पण मार्टिनच्या बाबतीत तसे नव्हते.

त्याला लगेच नीरजाची आठवण झाली. आपल्याबद्दल जे जे घडत गेले, ते सगळे ऐकून ती रडली. आपण दोघांनी आपले बालपण एकत्र घालवले, राखी-पौर्णिमेच्या दिवशी नीरजाने राखी बांधल्याशिवाय आपण जेवण करीत नव्हतो. आपण लहान असताना अम्मा आम्हा दोघांना मिळून एकच रेडिओ आणि एकच टेबल वापरायला सांगत होती. त्यामुळे आपल्यातल्या भावना जास्त बळकट झाल्या.

या भावाला भेटल्यावर, तेही एकदाच भेटल्यावर आपले भावबंध कसे बळकट होतील? त्याला थोडा वेळ हवा ना?

मुकेश उठून उभा राहिला. इथून निघावे, पुन्हा यांना भेटण्यात काही अर्थ नाही, असे त्याला वाटले.

त्याने आपल्या खिशातून चेकबुक काढले.

"मार्टिन, तू तुझा स्वतःचा उद्योग सुरू करायला पाहिजे."

"होय. ते खरं आहे; पण त्याला पैसा नको का?"

"मी तुला मदत करतो."

"मी तुला विचारलं नाही. आमच्या गावात बँका नाहीत की काय?"

"मी तुला भेट म्हणून देतो."

"मला ते सगळं आवडत नाही. शिवाय, तुझी आणि माझी ओळख नाही. अशा माणसाकडून मी भेट कशी घेऊ?"

त्याच्या स्वाभिमानाचे मुकेशला कौतुक वाटले.

मुकेशला लगेच सतीशची आठवण झाली. आपली संपत्ती हडप करण्यासाठी तो कसा 'आ' वासून बसला होता. नको-नको म्हणत त्याने सही केलेली सगळी कागदपत्रे आपल्या ताब्यात घेतली. नीरूनेही त्याला प्रतिकार केला, तरी त्याचा काहीच उपयोग झाला नाही.

"गुड बाय, मार्टिन."

"गुड बाय."

मुकेश आपल्या कारजवळ आला. त्याने आपल्या भावाला पुन्हा एकदा डोळे भरून बघून घेतले. तो दारातच उभा होता.

कार सुरू झाली. ∎

१०

मुकेशचा हा शोधप्रवास-वृत्तांत ऐकून वासंतीला हसू आले.

"तुमचं रेड इंडियनचं खूळ गेलं ना डोक्यातून?"

ती दोघे भारतात परतण्यासाठी सामानाची बांधाबांध करू लागली. वासंती अम्माला भेटलीच नव्हती. रावसाहेबांच्या मृत्यूनंतर ती अम्माला पहिल्यांदाच भेटणार होती. नीरजाचा सारखा फोन येत होता.

"एकूण तुमच्या कुळाचा, तुमचा शोध संपला ना? एखाद्या चित्रपटात शोभावा असाच प्रसंग आहे." वासंती म्हणाली.

मुकेशला ऑफिसचे काम होते खरे; पण वासंतीला भारतात परतायचे होते, म्हणून ती खूप आनंदात होती.

निघताना तिने मुकेशला बजावले, "हे पाहा, मैसूरला गेल्यावर कोणत्याही गोष्टीची चर्चा करायची नाही. मार्टिनचे विश्व जसे वेगळे आहे, तसेच मैसूरच्या अग्रहारमधले विश्वही वेगळे आहे."

●

विमानातून प्रवास करीत असताना मुकेशच्या डोळ्यांसमोरून गेल्या तीन महिन्यांत घडलेल्या घटनांचा चित्रपट सरकू लागला. जीवननौकेत बसून तो हेलकावे खात होता.

बाबांची तब्येत बरी नसल्याचे निमित्त होऊन तो भारतात आला आणि अशा अवस्थेप्रत येऊन पोचला. हे सगळे त्याच्या कल्पनेपलीकडचे होते.

आता त्याच्या मनात उठलेले वादळ शांत झाले होते. नीरू विमानतळावर आली होती. वासंतीची भेट होताच त्या दोघी उराउरी भेटल्या.

सुमती घराच्या अंगणातच उभी होती.

ते सगळेजण गाडीतून उतरून चालत जाऊ लागले. सतीश अगदी

नाइलाजाने आला आणि तोंड दाखवून गेला. रात्रीची जेवणे आटोपल्यावर मुकेशने अमृतसरपासून ते सॅक्रोमेंटपर्यंतच्या आपल्या प्रवासाची हकीगत सांगितली. सुमतीला खूप आश्चर्य वाटले. मुकेश रूपिंदरचा पण मुलगा नव्हे, हे कळल्यावर तर ती थक्कच झाली.

मुकेश सुमतीला थट्टेने म्हणाला, "अम्मा, आता मी पूजा करणार नाही; कारण मी भारतीय नाही तर मी रेड इंडियन आहे आणि मांसाहारी आईबापांच्या पोटी जन्म घेतलाय."

सुमती गंभीर झाली.

"मुन्ना, तू कसाही असलास तरी तुझ्यावर जे संस्कार झालेत ते उत्तम मानवकुळातलेच आहेत. तू तुझं कर्तव्य केलंस. रूपिंदरला तिच्या म्हातारपणी सुखानं जगण्यासाठी उत्तम व्यवस्था करून दिलीस. मार्टिनलासुद्धा तू आपणहून मदत करणार होतास, वासंतीला तिच्या जीवनाबद्दलचा निर्णय तिलाच घेण्याचं स्वातंत्र्य दिलंस. देवपूजेसाठी तुझ्याइतका दुसरा योग्य कुणीच नाही."

नीरजाने थट्टा केली, "मुन्ना, तुझ्या लग्नात मी तुझी East Meets West अशी थट्टा केली होती. आता West Meets East म्हणते. तू पाश्चिमात्त्य आहेस आणि वासंती पौर्वात्य आहे."

नंतर क्षमायाचनेच्या स्वरात नीरू म्हणाली, "मुन्ना, खरंच मला संपत्ती नको. सतीशला पैशाचा मोह आहे. गरिबीतून आलेल्या माणसाला नेहमी पैसा साठवून ठेवावा, असं वाटत असतं. त्यांना नेहमी असुरक्षित वाटत असतं. सतीशला, आपण आपल्या बायकोपेक्षा गरीब आहोत, हा न्यूनगंड आहे. मी तुझी सगळी संपत्ती तुझ्या नावे लिहून देते. खरंच, मला संपत्ती नको आहे. मी रावसाहेबांची मुलगी, होय की नाही?"

नीरूच्या बोलण्याने मुकेशला वाईट वाटले. तरीही त्याने संपत्ती घेण्याचे नाकारले.

"नीरूताई, सतीश हा व्यवहाराला फार पक्का आहे. काय करायचे ते त्याला करू दे. मला काही हवं असेल तर मला तरी तुझ्याशिवाय कोण आहे? मला गरज पडेल तेव्हा मी तुझ्याकडे मदत मागेन."

सुमतीकडे वळून मुकेश म्हणाला, "अम्मा, मला माझं लॉकेट दे. त्याच्यात दोन फोटो घातले पाहिजेत."

नीरू म्हणाली, "त्यात तुझा आणि वासंतीचा असे दोघांचे फोटो असू दे."

मुकेश म्हणाला, "माझ्या दृष्टीनं देवासारखे असलेल्या आई-वडिलांचे

फोटोच तिथे असायला हवेत. त्यांचं संरक्षण आणि रूपिंदरची सोनसाखळी असली, की मला कसलीच भीती वाटणार नाही.''

●

मुकेशचे सुट्टीतले काम संपत आले. मध्यंतरीच्या काळात त्याने वासंतीला अमृतसरला नेऊन आणले. किशनचे आता सगळे व्यवस्थित चालले होते. त्याचे लग्नही ठरले होते. रूपिंदरने किशनला मुकेशबद्दल काहीच सांगितले नव्हते. त्याला सांगायचे नाही असेच तिने ठरविले होते.

रावसाहेबांचे वर्षश्राद्ध संपले की अमृतसरला जाऊन रूपिंदरला भेटून यायचे, असे सुमतीने ठरविले.

सुमती मुकेशला म्हणाली होती, ''मुन्ना, वासंतीची आणि रूपिंदरची भेट घडवून आण. तिला तिच्या सुनेचं तोंड पाहू दे. तू दिलेल्या पैशाचा किशनसिंगने चांगल्या कामासाठी उपयोग केलाय की नाही, हेही पाहता येईल. फुकटात पैसा मिळाला म्हणून त्या म्हातारीला त्यानं त्रास द्यायला नको.''

सुमतीला रूपिंदरचे दुःख कळले होते. म्हणून तर ती एवढ्या कालावधीनंतरही तिची काळजी घेत होती.

मुकेशच्या नकळत सुमतीने वासंतीच्या हातात रूपिंदरसाठी एक लाख रुपयांचा चेक दिला.

सुमती वासंतीला म्हणाली, ''हे बघ मुली, सगळं काही नवऱ्याला सांगत बसायचं नसतं. मुन्नाला कळणार नाही अशा पद्धतीनं हे पैसे रूपिंदरला दे. ही माझी भेट म्हणून सांग. तिच्या म्हातारपणात तिच्या औषधपाण्याला पैसे जवळ असावेत, म्हणून सांग. मुन्नासाठी तिनंही काही कमी सोसलं नाही.''

सुमतीचा हा उदारपणा पाहून वासंतीला काय बोलावे तेच कळेना.

पुन्हा तोच प्रवास. बंगलोर, दिल्ली, अमृतसर; पण या खेपेला मनात कोणत्याही प्रकारचे द्वंद्व नव्हते. मुकेशचे मन आता शांत झाले होते, एखाद्या धीरगंभीर समुद्रासारखे!

वासंती यापूर्वी दिल्लीला गेली नव्हती. त्यामुळे दिल्ली, आग्रा इथली महत्त्वाची ठिकाणे पाहून झाल्यावर ती दोघे अमृतसरला गेली. अमृतसरमध्ये आता हिवाळ्याला सुरुवात झाली होती. गेल्या खेपेसारखा उकाडा नव्हता.

आधी शिखांच्या पवित्र देवालयात जाऊन त्या दोघांनी देवाला भक्तिपूर्वक नमस्कार केला. शेजारच्या जालियनवाला बागेलाही भेट दिली.

संध्याकाळी हरप्रीतच्या घरी गेले. तिथे त्यांचे खूप आगतस्वागत झाले आणि त्या दिवशीचे रात्रीचे जेवण त्यांच्याच घरी झाले.

"बेटा, रूपिंदर खूप आनंदात आहे. तुझा आणि तुझ्या आईचा तिच्याशी कोणत्या जन्मातला ऋणानुबंध आहे, कुणास ठाऊक? तुम्ही केलेल्या उपकारामुळे तिची जीवनशैलीच बदलून गेली."

वासंती आणि मुकेश काहीच बोलले नाहीत. दुसऱ्या दिवशी टॅक्सी करून ती दोघे अमृतसरजवळ असलेल्या एका खेड्यात गेले. रूपिंदरच्या घरी गेले तर रूपिंदर त्यांची वाटच बघत होती.

"मुन्ना, सुनेला घेऊन आलास, बरं वाटलं. सूनबाई चंद्रासारखी आहे रे."

दुपारच्या जेवणाच्या वेळी मुकेशने आपल्या अमेरिकाभेटीची हकीगत सविस्तरपणे तिला सांगितली. रूपिंदरला खूप आश्चर्य वाटले. मार्टिनबद्दलची हकीगत ऐकून तिलाही बरे वाटले.

"तो कुठंही असू दे. कसाही असू दे. त्यानं कुणाशीही लग्न केलेलं असू दे. जिवंत आहे ना! गुरू त्याचं रक्षण करू दे."

रूपिंदरमधली आई जागी झाली होती.

"बेटा, किशनसाठी मुलगी बघितली आहे. तुला सवड केव्हा आहे सांग. त्याच दिवशी आपण लग्नाचा मुहूर्त ठरवू. तुम्ही दिलेला पैसा माझ्या नावावरच आहे. तो माझं ऐकतो. बँकेकडून कर्ज घेऊन त्यानं शेती करायला सुरुवात केली आहे. आम्ही आनंदात आहोत. सगळी गुरूचीच कृपा."

रूपिंदरच्या बोलण्यात कृतज्ञता व्यक्त होत होती.

"तुम्ही आमच्यासाठी लग्न पुढे नेऊ नका. तुमचंही वय झालंय. सूनमुख बघायला नको का? लग्न आटोपून घ्या." वासंती रूपिंदरला म्हणाली.

सुमतीने रूपिंदरसाठी पाठविलेला निरोप आणि पैसे बघताच रूपिंदरच्या डोळ्यांत पाणी उभे राहिले.

"सुमती खूप चांगली बाई. ती पैशाच्या मागं कधीच धावली नाही. म्हणूनच माझ्या मुलाच्या रूपात तिचं नशीब तिच्याकडं धावून गेलं. तिला म्हणावं, किशनच्या लग्नाला नक्की यायला हवंस, नाही तर तिचे हे पैसे परत पाठवेन."

"सूनबाई, तू माझ्या घरी पहिल्यांदा येत आहेस. मी म्हातारी तुला काय देऊ बाई? आशीर्वाद तेवढा देते. किशनच्या बायकोसाठी म्हणून दोन जोड कर्णफुलं आणली होती. त्यातलं तू एक घालून घे."

रूपिंदरने सोन्याची कर्णफुले वासंतीला दिली. किशन दुपारी आला. त्याला जसे जमले तसे त्याने त्यांचे स्वागत केले, गप्पा मारल्या. तोही आनंदात होता.

वासंती आणि मुकेश दोघे निघाली, तेव्हा किशन आणि रूपिंदर त्यांना पोहोचवायला त्यांच्या कारपर्यंत गेले.

"बेटा, माझा आशीर्वाद सदैव तुझ्या पाठीशी आहे."

कार दिसेनाशी होईपर्यंत रूपिंदर त्या दिशेने बघत उभी होती.

अमृतसरहून परतल्यावर वासंती आणि मुकेश गावाला जायच्या तयारीला लागले.

"अम्मा, तू अमृतसरला केव्हा जाणार आहेस गं?"

"किशनच्या लग्नाच्या वेळी जाईन."

"अम्मा, रूपिंदरनं शेवटपर्यंत मी कोण हे किशनला सांगितलंच नाही."

"होय. जगात वागायचं कसं, हे तिला चांगलं ठाऊक आहे. ती मनानं फार चांगली आहे."

दिवस फार लवकर गेल्यासारखे वाटले. नीरजाने पूर्वीसारखाच आपल्या भावाचा आणि वासंतीचा पाहुणचार केला. त्यांना कापडचोपड दिले.

सतीशने त्यात विशेष लक्ष घातले नाही. हल्ली त्याचा बराच वेळ कपड्यांच्या उद्योगातच जात होता.

गावाला जाण्याचा दिवस उजाडला.

सुमतीच्या पायावर डोके ठेवून मुकेश म्हणाला, "अम्मा, कुठल्याही देशात, कुठल्याही घराण्यात जन्मलो म्हणून काय झाले? तू आणि बाबांनी मिळून माझ्यावर प्राणांपलीकडं प्रेम केलंत. जीवनमूल्यं दिलीत. मूकपणानं अनेक कष्ट सोसलेत. यांच्या मोबदल्यात मी काय देऊ? फक्त अश्रूंनीच मी माझी कृतज्ञता व्यक्त करू शकतो. तू आणि रूपिंदरसारख्या भारतीय माता किती मोठ्या मनाच्या, हे मला आता कळतंय."

सुमती भावविवश झाली. तिला बहुतेक रावसाहेबांची आठवण झाली असावी. गालांवरून अश्रू ओघळले. सुमतीने ते पुसले नाहीत.

"अम्मा, हे जीवन केवढं विचित्र आहे पाहा. माझा पायगुण वाईट म्हणून सुरिंदरनं मला घराबाहेर काढलं. त्याच मुलाला बाबांनी चांगल्या पायगुणाचा, भाग्योदयाचा असं म्हटलं. माझ्या जीवनाचा प्रवास किती विचित्र आहे ना?"

सुमती आणि नीरू काहीच बोलल्या नाहीत.

"नीरजा, तुला ताई म्हणण्यात मला आता अधिक अभिमान वाटतो."

मुकेश म्हणाला.

"अम्मा, तू लंडनला केव्हा येणारेस?"

"मुन्ना, तू बाबांच्या वर्षश्राद्धाला ये. मी तुझ्याबरोबर येईन. तेव्हा तुला मदत लागेलच."

"अम्मा, अजून फक्त सहाच महिने ना?"

"होय, मुन्ना. मला आजी होण्यासाठी अजून सात महिने आहेत."

मुकेशने आश्चर्याने आणि आनंदाने वासंतीकडे वळून पाहिले.

वासंतीने होकारार्थी मान हलविली आणि हसून ती लाजली.

■